베트남어
연습 ❷

베트남어 연습 2

송정남·응우옌 반푹·응우옌 티퉌·박연관 지음

HU:iNE

베트남어
연습 ❷

중국
라오스
태국
캄보디아
하장
까오 방
라이 쩌우
라오 까이
뚜옌 꾸앙
박깐
디엔 비엔
옌 바이
타이 응우옌
랑썬
썬라
푸토
1
2
3
박쟝
꾸앙 닝
4
하 떠이
5
하이 퐁
화빙
6
타이 빙
닝빙
남딩
1. 빙푹
2 하 노이
3. 박닝
4. 하이 즈엉
5. 흥옌
6. 하남
타잉 화
응에 안
하띵
꾸앙 빙
꾸앙 찌
트어 티엔-훼
다낭
꾸앙 남
꾸앙 응아이
꼰뚬
빙딩
쟈 라이
푸옌
닥락
카잉 화
닥농
빙 프억
럼동
닝퉌
떠이 닝
빙 즈엉
동 나이
빙퉌
롱안
바 지어-붕 따우
안장
동탑
띠엔 쟝
벤째
호찌밍
끼엔 쟝
껀터
빙롱
짜빙
허우 쟝
쏙짱
박 리에우
까 마우

동남아시아 지도

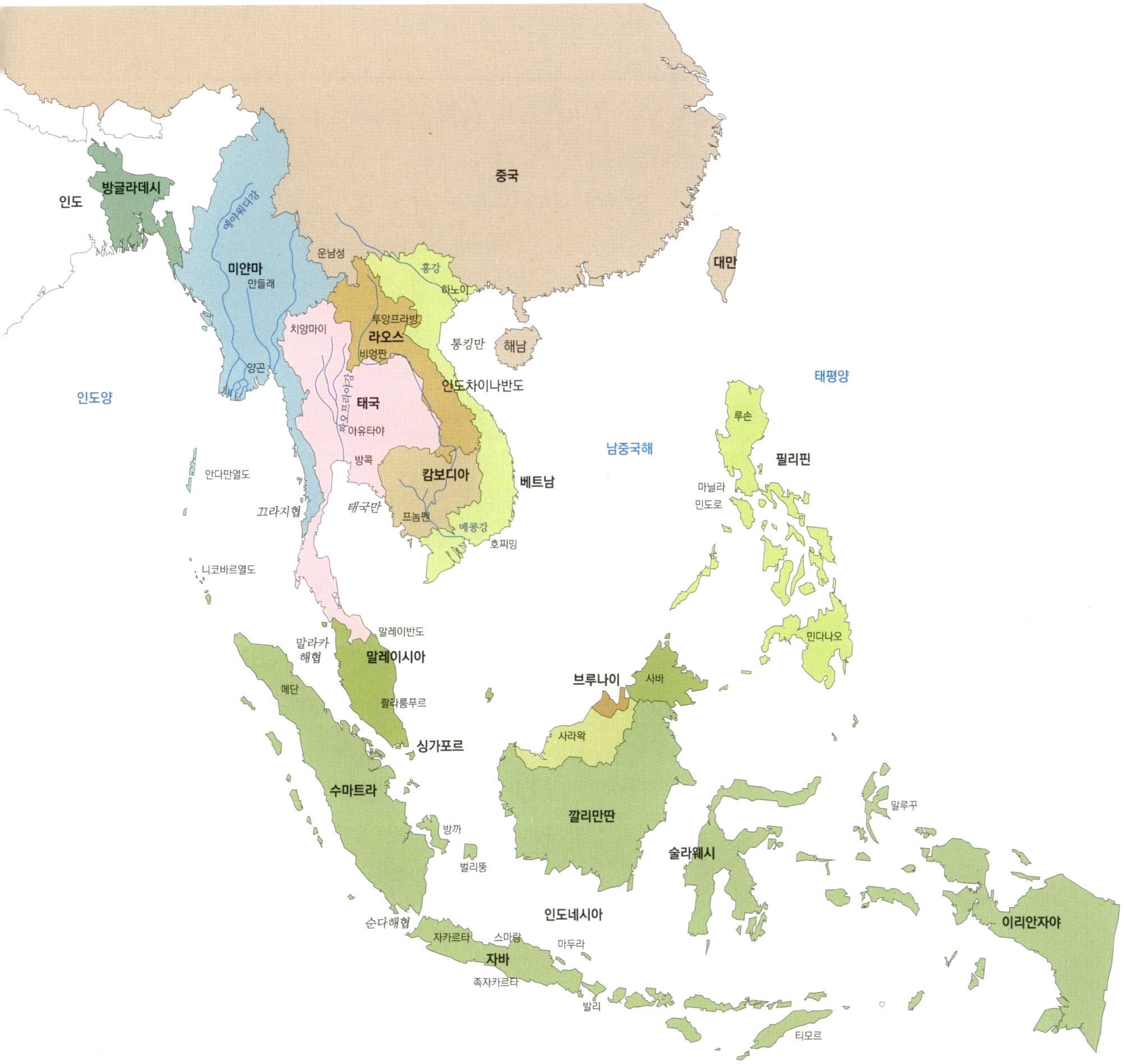

중국
방글라데시
인도
에야와디강
미얀마
만들래
운남성
홍강
하노이
대만
투앙프라방
라오스
치앙마이
통킹만
해남
비엉짠
양곤
인도차이나반도
태평양
인도양
태국
짜오프라야강
아유타야
루손
남중국해
방콕
캄보디아
필리핀
안다만열도
베트남
마닐라
민도로
끄라지협
태국만
프놈펜
메콩강
호찌밍
니코바르열도
말레이반도
말라카 해협
말레이시아
민다나오
브루나이
사바
메단
콸라룸푸르
사라왁
싱가포르
말루꾸
수마트라
깔리만딴
방까
술라웨시
벌리뚱
인도네시아
이리안자야
순다해협
자카르타
스마랑
마두라
자바
족자카르타
발리
티모르

머리말

베트남의 북남 통일 이후 한국과 베트남 수교는 금년이 28년째이다. 그러나 좀 더 정확한 양국의 수교기간은 이보다 훨씬 긴 65년이다. 베트남의 통일 이전인 1955년에 우리는 남베트남과 수교를 맺었기 때문이다.

양국의 교류사는 그리 평범하지 않았다. 우리와 베트남은 국토가 자본주의와 사회주의라는 두 지역으로 분단됐었기 때문에 남한은 남월(南越)과 북한은 북월(北越)과 각각 수교를 맺을 수 밖에 없었다. 1964년부터 베트남 전쟁이 발발하면서 우리는 전쟁의 특수를 노려 많은 한국군을 베트남에 파병했었다. 그러나 분단된 베트남이 공산화통일이 되면서 우리와 베트남은 수교를 맺기 1992년 12월 22일까지 교류가 단절되었다. 하지만 냉전의 해체 기류를 타고 베트남이 개방 · 개혁정책을 추진하면서 우리는 베트남과 교류를 갖게 되었다. 이제는 경제특수를 위한 교류였다.

경제 성장을 목적한 도이 머이(đổi mới)였기 때문에 베트남도 우리와의 교류에 적극적이었다. 여기에는 몇 가지 특별한 공통분모가 작용했기 때문이다. 그것은 경제 외에 양국의 비슷한 역사, 문화, 사회 등이다. 이 같은 공통분모와 함께 양국은 지난 65년의 교류 속에서 서로를 잘 안다는 자신감이다. 그리고 우리가 값싸고 질 좋은 노동시장이 필요했다면, 베트남은 우리의 투자와 성공 노하우가 필요했다.

베트남은 지리적으로 동남아시아에 속하더라도 문명과 문화면에서는 동북아시아에 속한다. 전통시대부터 지금까지 중국의 문명과 문화권 안에서 성장 발전해왔기 때문이다. 따라서 베트남은 역사, 문화, 사회 등에서 우리와 매우 유사하다. 다양한 공통분모는 수교 28년 기간에 베트남 누적 투자 1위, 수출입 1,000억 달러, 양국 교류민 40만 명, 투자 기업 1만 개, 작년 한국인 베트남 관광 400만 명의 결과를 가져왔다.

"베트남어 연습"은 문법 · 작문 · 강독의 "베트남어(1, 2, 3)"와 "베트남어 회화(1, 2, 3)"에 이어 쓰여졌다. "베트남어 연습"은 "베트남어"와 "베트남어 회화" 교재를 배운 학습자의 베트남어 연습을 위해 집필되었다. 이처럼 체계화된 베트남어 학습을 목표로 쓰여진 교재는 국내외에 아직 없다. 이 과정을 거친 학습자는 베트남 현지에서 베트남어 실습을 하면 된다. 물론 베트남어 실습은 여건이 마련된다면 국내외의 어디든 가능하다.

"베트남어 연습" 역시 "베트남어 연습 1", "베트남어 연습 2", "베트남어 연습 3"의 형태로 집필되었다. 초급, 중급, 고급 과정의 형태로 구성된 "베트남어 연습"은 한국과 베트남에서 내외국인을 대상으로 대학에서 수십 년간 베트남어와 베트남학을 연구하며 강의하고 있는 교수들로 쓰여졌다.

이 교재는 해당 과에서 알아둬야 할 문장, 회화, 상황을 가정한 회화 연습, 내용 이해를 점검하기 위한 연습문제, 독해 등으로 구성되었다. 학습자의 보다 빠른 현실감각을 촉발시키기 위해 많은 삽화를 삽입하였다. 교재의 마지막 부분에는 학습자의 연습문제 풀이 확인을 위한 답안을 넣었다.

이번에 출판되는 "베트남어 연습"이 국내의 베트남어를 배우려는 모든 이들에게 크게 도움이 됐으면 한다. 초판이라 완벽할 수는 없다. 미흡한 부분들은 학습자들의 비평과 충고를 받아들여 차후에 수정 · 보완할 예정이다.

2020년 2월

집필자들을 대표하여 송정남

Contents

Bài 01

GIA ĐÌNH VÀ HỌ HÀNG

Gia đình bạn hiện nay có mấy thế hệ?

NHỮNG CÂU CẦN NHỚ

A

Quê em ở đâu?

Gia đình em có **mấy người**?

Bố, mẹ em làm gì?

Em có mấy **anh chị em**?

Em là con **thứ mấy**?

Bố em là người **như thế nào**?

Bố em là người **hiền lành** và **chăm chỉ**.

Anh (chị) em là người **như thế nào**?

Anh em **cao, to và đẹp trai**.

B

Hiện nay, gia đình em có mấy **thế hệ**?

Ông, bà em còn khỏe không?

Ông, bà em năm nay **bao nhiêu tuổi**?

Bố, mẹ em có **mấy anh chị em**?

Bố, mẹ em năm nay bao nhiêu tuổi?

Em có mấy **cô, dì, chú, bác**?

C

Em có **cô, dì, chú, bác** không?

Bác em năm nay bao nhiêu tuổi?

Bác em làm (nghề) gì?

Cô (dì) em năm nay bao nhiêu tuổi?

Họ làm (nghề) gì?

Em có **anh trai (chị gái)** không?

Họ làm nghề gì?

Họ đã **có gia đình (kết hôn)** chưa?

Anh rể (chị dâu) em làm gì?

TỪ VỰNG 1 (어휘 1)

(gia đình) bên nội	(內) 친가(가족)	**(gia đình) bên ngoại**	(外) 외가(가족)
ông (bà) nội	친할아버지(할머니)	**ông (bà) ngoại**	외할아버지(할머니)
bố (ba, cha)	아버지	**mẹ (má)**	어머니
bác (trai, gái)	큰아버지(큰어머니)	**chú**	삼촌
cậu (trai)	외삼촌	**cô, dì, thím (gái)**	고모, 이모, 숙모
anh (trai)	형, 오빠	**chị (gái)**	누나, 언니
em (trai, gái)	동생(남, 여)	**con cả**	첫째
con thứ	둘째	**con út**	막내
con dâu	며느리	**con rể**	사위
con trai	아들	**con gái**	딸
anh (chị) họ	사촌형, 사촌오빠	**em họ**	친척동생
vợ	부인	**chồng**	남편
thông gia	(通家) 사돈	**con cái**	자식
cháu chắt	손자	**hiền lành**	(賢) 착한
chăm chỉ	열심히 하다	**cao / thấp**	(高) 높은 / 낮은
to / nhỏ	큰 / 작은	**đẹp trai**	잘생긴

HỘI THOẠI

A

Lâm: Chị Lee này, quê chị ở đâu nhỉ?

Lee: À! Quê tôi ở Seoul.

Lâm: Gia đình chị có mấy người?

Lee: Gia đình tôi có 4 người: bố, mẹ tôi, anh trai và tôi.

Lâm: Bố, mẹ chị năm nay bao nhiêu tuổi?

Lee: Năm nay, bố tôi 50 tuổi còn mẹ tôi 48 tuổi.

Lâm: Thế còn anh trai của chị?

Lee: Anh trai tôi 25 tuổi. Anh ấy vừa tốt nghiệp đại học và đang tìm việc làm.

Lâm: Anh chị là người như thế nào?

Lee: Anh tôi cao, to và khá thông minh.

B

Loan: Xin lỗi, anh Park đã lập gia đình chưa?

Park: Chưa, tôi chưa lập gia đình. Còn chị Loan?

Loan: Tôi đã có gia đình. Chồng tôi tên là Nam. Anh ấy là kỹ sư.

Park: Năm nay, chị bao nhiêu tuổi?

Loan: Tôi 32 tuổi. Nhà tôi nhiều hơn tôi 3 tuổi.

Park: Chị đã có cháu chưa?

Loan: Tôi có hai con, một trai và một con gái. Con trai tôi tên là Quang, con gái tên là Mai. Cháu Quang hơn cháu Mai 2 tuổi.

C

Lee: Chị Mai ơi, một gia đình người Việt thường có mấy thế hệ?

Mai: Thường thì có 3 thế hệ: ông bà, bố mẹ và con cái.

Lee: Thế, gia đình chị cũng có 3 thế hệ?

Mai: Vâng, gia đình tôi cũng có 3 thế hệ nhưng ông bà nội, ngoại của tôi sống ở quê. Ở Hà Nội, chỉ có vợ chồng tôi và 2 cháu.

Lee: Vậy thì, ở Hà Nội, gia đình chị chỉ có hai thế hệ?

Mai: Vâng, gia đình tôi ở Hà Nội có hai thế hệ thôi!

Lee: Các cháu của chị thế nào?

Mai: Hai cháu của tôi ngoan và học giỏi.

TỪ VỰNG 2 (어휘 2)

quê	고향	**vừa (mới, vừa mới)**	방금, 이제 막
tốt nghiệp	(卒業) 졸업하다	**đại học**	(大學) 대학
tìm (kiếm)	찾다	**việc làm**	일, 업무
gia đình	(家庭) 가족	**lập (gia đình)**	(立) 세우다 (결혼하다)
người yêu	애인	**cưới**	결혼하다
hơn	...보다 더	**nhà (chồng, vợ) tôi**	집사람 (내 남편, 내 아내)
kỹ sư	(技士) 기술자	**thế hệ**	(世系) 세대
sống	살다	**khá, tương đối**	꽤, 비교적
thông minh	(聰明) 총명한	**ngoan**	착한
học giỏi	공부를 잘하다		

LUYỆN TẬP PHÁT ÂM (발음 연습)

I. Tập đọc các từ ghép sau (đọc đúng trọng âm)

1. **nhà cửa**	**quần áo**	**bố mẹ**	**ông bà**
sách vở	**đường phố**	**ăn uống**	**vợ chồng**
đi lại	**học hành**	**tìm kiếm**	**đọc hiểu**
tốt đẹp	**to béo**	**khỏe mạnh**	**gầy yếu**··· v.v.

2. ăn **cơm**	ăn **phở**	ăn **ngủ**	ăn **học**
màu **xanh**	màu **đỏ**	màu **đen**	màu **trắng**
mùa **xuân**	mùa **hè**	mùa **thu**	mùa **đông**
hôm **nay**	hôm **qua**	ngày **mai**	ngày **kia**
đi **chơi**	đi **ăn**	đi **làm**	đi **học**··· v.v.

II. Tập đọc các từ láy sau (đọc đúng trọng âm)

1. nho **nhỏ**	to **to**	nong **nóng**	cao **cao**
ôm **ốm**	lành **lạnh**	beo **béo**	nhè **nhẹ**
chầm **chậm**	đen **đen**	trăng **trắng**	nâu **nâu**··· v.v.

2. đẹp **đẽ**	mát **mẻ**	nóng **nực**	thân **thiết**
rõ **ràng**	nhanh **nhẹn**	chậm **chạp**	gần **gũi**
lo **lắng**	sáng **sủa**	đông **đúc**	vắng **vẻ**··· v.v.

LUYỆN NÓI

I. Nói theo tranh

1. Nhìn sơ đồ, sử dụng từ gợi ý trong ngoặc hoàn thiện câu

Mẫu

- Ông bà ngoại (sinh ra mẹ)

→ - Ông bà ngoại là những người sinh ra mẹ.

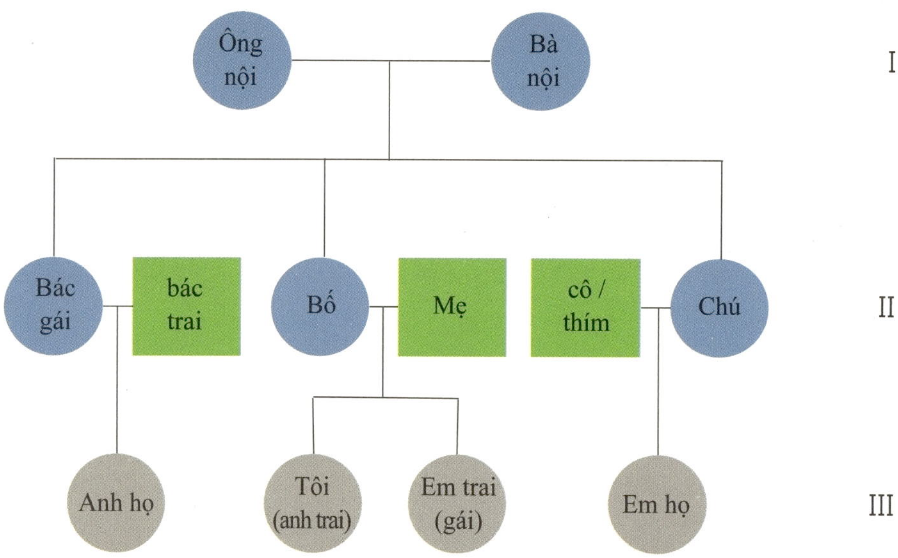

Tiếp tục với:

1. Ông bà nội (sinh ra bố)

2. Bác gái (chị của bố)

3. Chú (em trai của bố)

4. Anh họ (con trai của bác gái)

5. Em họ (con của chú)

6. Em gái (em cùng bố mẹ với tôi)

2. Nhìn tranh và luyện tập theo mẫu

Mẫu1

Ông nội / 75 / khỏe mạnh

→ - Đây là **ông nội** em.

- Năm nay, ông em **75 tuổi**.

- Ông em đã nhiều tuổi nhưng còn **khỏe mạnh**.

Tiếp tục với:

1. Bà nội – 71 - khỏe mạnh

2. Anh trai – 28 - 1m 80 - đẹp trai

3. Em gái – 22 - xinh gái

4. Bố, mẹ - 50 – 48 - làm việc

5. Ông bà ngoại – 70 – 68 - khỏe mạnh

Mẫu2

Anh Park – 3 - 2 thế hệ - nhỏ

→ - Đây là gia đình **anh Park**.

- Gia đình anh Park có **3** người.
- Gia đình anh Park có **2 thế hệ**: bố mẹ và con cái.
- Con trai của họ còn nhỏ.

Tiếp tục với:

1. Anh Kim – 5 - 2 thế hệ - còn nhỏ

2. Anh Lâm – 6 - 3 thế hệ - còn nhỏ

3. Anh Hùng – 5 - 2 thế hệ - đã lớn

4. Anh Trung – 4 - 2 thế hệ - đã lớn

5. Anh Hùng – 6 - 3 thế hệ - còn nhỏ

II. Nói theo ngữ cảnh

1. Điền từ ngữ, câu phù hợp vào chỗ trống

Hội thoại 1

Nam: Chào chị Lee.

Lee: ______.

Nam: Chị Lee có khỏe không?

Lee: ______ Còn anh?

Nam: Cám ơn chị. ______.

Lee: Tạm biệt ______!

Nam: Chào ______! Hẹn ______ lại!

Hội thoại 2

A: Xin lỗi, hiện nay gia đình anh sống ở đâu?

B: ______ Seoul.

A: Gia đình anh có mấy người?

B: ______ có 4 người.

A: ______?

B: Bố tôi năm nay 50 tuổi; còn mẹ tôi 46 tuổi.

A: ______ không?

B: Cám ơn chị! Bố mẹ tôi vẫn còn khỏe.

Hội thoại 3

A: Anh Park này, gia đình ở Hàn Quốc ________ thế hệ?

B: Thường thì có 2 ________ 3 ________.

A: Ví dụ như ________, hiện nay có mấy ________?

B: Hiện nay gia đình tôi ________ ông bà, bố mẹ và con cái.

A: Cả 3 thế hệ ________ trong một nhà?

B: Không, ________ ở quê. Ở Seoul ________ vợ chồng tôi và 2 con.

A: Anh ________ về quê thăm ông, bà không?

B: Một năm 2 ________ 3 lần và thỉnh thoảng ông, bà ________ chúng tôi···

2. Trả lời các câu hỏi dưới đây (liên kết thành đoạn)

- Hiện nay gia đình em sống ở đâu?
- Gia đình em có mấy người? Gồm những ai?
- Bố mẹ em năm nay bao nhiêu tuổi? Đang làm gì? Ở đâu?
- Anh chị em bao nhiêu tuổi? Đang làm gì? Ở đâu?
- Em là con thứ mấy trong gia đình? Đang làm gì? Ở đâu?
- Các thành viên trong gia đình em có những sở thích gì?
- Vào ngày nghỉ hay thời gian rỗi, gia đình em thường cùng nhau làm gì? Đi đâu?
- Em thấy không khí gia đình em như thế nào?

3. Trong gia đình, em thường gần gũi với ai nhất? Vì sao?

4. Những lúc em gặp chuyện vui/ buồn cần chia sẻ thì em thường tâm sự với ai trong gia đình? Vì sao?

5. Theo em, gia đình có những vai trò gì? Vì sao?

ĐỌC - HIỂU

I. Đọc hiểu đoạn văn sau

Gia đình Việt Nam trước đây thường gồm ba, bốn thế hệ cùng chung sống. Còn gia đình Việt Nam hiện nay có hai loại: loại thứ nhất là gia đình nhiều thế hệ (phổ biến là 3 thế hệ: ông bà, bố mẹ, con cái); loại thứ hai là gia đình **hạt nhân** (gồm hai thế hệ: bố mẹ và con cái). Hiện nay, gia đình hạt nhân chiếm khoảng 70%, gia đình nhiều thế hệ khoảng 30% tùy địa phương. Sở dĩ gia đình hạt nhân phát triển mạnh là do các đôi vợ chồng trẻ muốn sống tự do, nhất là người vợ. Tuy nhiên, ở các gia đình ba thế hệ, cuộc sống vẫn hạnh phúc vì ông, bà thường giúp các con trong việc nội trợ, đưa đón trẻ nhỏ đến trường··· v.v. Theo truyền thống, con cái thường chăm sóc bố mẹ khi về già. Vì vậy, ở Việt Nam số người già sống tại các viện dưỡng lão không nhiều···

TỪ VỰNG 3 (어휘 3)

trước đây	예전에	**hiện nay**	현재
thế hệ (đời)	(世系) 세대	**phổ biến**	(普遍) 보편적인
loại	(類) 종류	**hạt nhân**	(核) 핵
gồm	포함하다, 구성되다	**chiếm**	(占) 차지하다
tùy	...에 따라서	**địa phương**	(地方) 지방
sở dĩ··· là vì (do)···	...한 것은 ... 때문이다	**phát triển**	(發展) 발전하다
tự do	(自由) 자유	**nhất là ...**	특히 ...이다
tuy nhiên	하지만	**cuộc sống**	삶, 인생
đưa đón	보내고 맞이하다	**truyền thống**	(傳統) 전통
chăm sóc	돌보다	**viện dưỡng lão**	(院養老) 양로원

II. Đọc bài đọc rồi lựa chọn thông tin đúng / sai

1. Gia đình Việt Nam hiện nay có 4 hoặc 5 loại.
2. Trong các gia đình ba thế hệ, cuộc sống hạnh phúc hơn gia đình hai thế hệ.
3. Gia đình Việt Nam trước đây thường gồm bốn, năm thế hệ cùng chung sống.
4. Hiện nay ở Việt Nam phổ biến là gia đình 3 thế hệ.
5. Hiện nay, gia đình hạt nhân chiếm khoảng 30%.
6. Gia đình hạt nhân là gồm hai thế hệ: bố mẹ và con cái.

III. Trả lời bằng cách chọn đáp án đúng

1. Gia đình Việt Nam trước đây thường gồm mấy thế hệ?

① một hoặc hai thế hệ

② hai hoặc ba thế hệ

③ ba hoặc bốn thế hệ

2. Gia đình Việt Nam hiện nay phần lớn gồm mấy thế hệ?

① một thế hệ

② hai thế hệ

③ ba thế hệ

3. Hiện nay ở Việt Nam, gia đình hạt nhân chiếm khoảng bao nhiêu phần trăm (%)?

① khoảng 30%

② khoảng 70%

③ khoảng 70% tùy địa phương

4. Vì sao gia đình hạt nhân ở Việt Nam hiện nay phát triển mạnh?

① do điều kiện kinh tế

② do các đôi vợ chồng trẻ muốn sống tự do

③ do bố mẹ không muốn sống với các con

5. Trong các gia đình 3 thế hệ, ông, bà thường giúp các con những việc gì?

① công việc nội trợ

② đưa đón trẻ nhỏ đến trường

③ cả ③ & ②

6. Vì sao, ở Việt Nam số người già sống tại các viện dưỡng lão không nhiều?

① Vì người già Việt Nam không thích.

② Vì ở Việt Nam con cái thường chăm sóc bố mẹ khi họ về già.

③ Vì ở Việt Nam không có viện dưỡng lão.

IV. Chuẩn bị và nói theo chủ đề

1. Em hãy nói về gia đình và họ hàng của em. (200 – 250 từ)
2. Em hãy nói về gia đình hiện nay của Hàn Quốc. (200 – 250 từ)

Bản ghi nhớ

Bài 02

THỜI TIẾT VÀ KHÍ HẬU

Hôm nay thời tiết ở Seoul thế nào?

NHỮNG CÂU CẦN NHỚ

A

Thời tiết và khí hậu

Hôm nay, thời tiết thế nào?

Thời tiết ở Seoul, hôm nay thế nào?

Hôm nay, trời nắng. (mưa, gió, bão, tuyết···)

Hôm nay, thời tiết mát. (ấm, dễ chịu, khó chịu···)

Dự báo thời tiết

Hôm qua, em có nghe dự báo thời tiết không?

Dự báo thời tiết ngày mai thế nào?

Theo dự báo, chiều nay ở Seoul có tuyết. (mưa, bão, gió mùa···).

Theo dự báo, ngày mai ở miền bắc có gió mùa.

B

Khí hậu ở Việt Nam thế nào?

Việt Nam thuộc khí hậu nhiệt đới, ẩm, gió mùa. (monsoon)

Khí hậu Hàn Quốc có những đặc điểm gì?

Nhiệt độ cao nhất (thấp nhất) là bao nhiêu (độ C)?

Độ ẩm trung bình là bao nhiêu (%)?

Lượng mưa trung bình hàng năm là bao nhiêu?

Số giờ nắng trung bình / năm là bao nhiêu?

Đặc điểm không khí thế nào?

Không khí sạch / bẩn / ô nhiễm.

C

Hàn Quốc một năm có mấy mùa?

Mùa xuân bắt đầu từ tháng mấy đến tháng mấy?

Ở Hàn Quốc, tháng nào lạnh nhất? Tháng nào nóng nhất?

Nhiệt độ trung bình mùa đông là bao nhiêu độ C?

Mùa nào là mùa đẹp nhất ở Hàn Quốc?

Thời tiết mùa thu ở Hàn Quốc thế nào?

Trong 4 mùa, em thích nhất mùa nào? Vì sao?

Trời mưa to gây ngập lụt!

Trời nắng to và kéo dài gây hạn hán!

TỪ VỰNG 1 (어휘 1)

thời tiết	(時節) 날씨	**khí hậu**	(氣候) 기후
dự báo	(豫報) 예보	**có tuyết**	눈이 오다
nhiệt đới	(熱帶) 열대	**ôn đới**	(溫帶) 온대
hàn đới	(寒帶) 한대	**(độ) ẩm**	(飮) 습한(습도)
gió mùa	계절풍	**nhiệt độ**	(熱度) 온도
độ C	(度) 섭씨온도	**âm độ**	(音度) 영하
trung bình	(中平) 평균의	**lượng mưa**	강수량
số giờ nắng	일조시간	**không khí**	(空氣) 공기
sạch / bẩn	깨끗한 / 더러운	**ô nhiễm**	(汚染) 오염되다
mùa	계절	**mùa xuân**	(春) 봄
mùa hè	여름	**mùa thu**	(秋) 가을
mùa đông	(冬) 겨울	**nắng / mưa**	햇볕이 잘 든다 / 비가 내리다
gió / bão / tuyết	바람 / 태풍 / 눈	**lạnh / mát**	추운 / 시원한
ấm / nóng	따뜻한 / 더운	**dễ chịu / khó chịu**	참기 쉬운 / 참기 어려운
gây (ra)	... 을 야기하다	**kéo dài**	지속되다
ngập lụt	침수하다	**hạn hán**	가뭄

HỘI THOẠI

A

Lâm: Anh Park đã đến Việt Nam chưa?

Park: Rồi, tôi đến Hà Nội năm ngoái.

Lâm: Anh ở Hà Nội có lâu không?

Park: Dạ. Khoảng sáu tháng. Tôi sang Hà Nội để học tiếng Việt.

Lâm: Anh thấy thời tiết ở Hà Nội thế nào?

Park: Tôi thấy thời tiết ở Hà Nội khá dễ chịu, nhất là vào mùa thu. Mùa thu Hà Nội, trời mát, ít mưa. Nhưng, tôi không thích mùa hè vì mùa hè trời nóng và ẩm.

B

Lee: Thời tiết ở Việt Nam, một năm có mấy mùa, chị Lan?

Lan: Nói chung, thời tiết ở miền Bắc có 4 mùa còn ở miền Nam chỉ có 2 mùa thôi.

Lee: 4 mùa và 2 mùa là những mùa nào, hở chị?

Lan: Đó là mùa xuân, mùa hè (hạ), mùa thu và mùa đông. Còn hai mùa là mùa mưa và mùa khô. Mùa mưa bắt đầu từ tháng 5 đến tháng 10, còn mùa khô từ tháng 11 đến tháng 4 năm sau···

Lee: Theo chị, ở miền Bắc mùa nào đẹp nhất?

Lan: Tôi thấy mùa thu đẹp nhất. Vào mùa thu, thời tiết mát mẻ, nắng nhẹ, độ ẩm thấp···

Lee: Thế còn mùa đông?

Lan: Mùa đông, trời lạnh (rét), độ ẩm cao và mưa nhiều!

Lee: Mùa đông ở miền Bắc Việt Nam có tuyết không chị?

Lan: Trước đây thì không, nhưng trong thời gian gần đây ở vùng núi cao thường có tuyết và băng giá···

TỪ VỰNG 2 (어휘 2)

năm ngoái	작년	**lâu**	오랫동안
sang (đến)	건너다 (도착하다)	**thấy**	느끼다, 생각하다, 보다
nói chung	일반적으로	**miền bắc**	(北) 북부
miền nam	(南) 남부	**mùa mưa**	우기
mùa khô	건기	**theo chị (anh, …)**	누나(형, ...)에 따르면
độ ẩm	(飮) 습도	**vùng núi cao**	고산지대
thời gian gần đây	최근	**băng giá**	얼음장
sương mù	안개	**dông**	뇌우
mưa rào	소나기	**(mưa) rải rác**	산발적 비
oi bức	찌는 듯이 더운	**khó chịu**	참기 어려운

LUYỆN TẬP PHÁT ÂM (발음 연습)

I. Tập đọc các câu 2 âm tiết sau (đọc đúng trọng âm)

1. **Gió thổi**. **Mưa rơi**. **Lá bay**.
   Chim hót. **Mèo kêu**. **Chó sủa**
   Xe chạy. **Người đi**. **Nước chảy**.

2. Nó **ăn**. Tôi **uống**. Họ **làm**.
   Ông **ngủ**. Bà **nghỉ**. Tôi **nằm**.
   Họ **nói**. Tôi **nghe**. Em **học**.

II. Tập đọc các câu có ngữ khí từ sau (đọc đúng ngữ điệu)

1. Chào anh, anh đang làm gì **đấy**?
2. Xin lỗi, em đang học tiếng Việt **à**?
3. Chào cô, cô có khỏe không **ạ**?
4. Thời tiết hôm nay mát và dễ chịu **nhỉ**?
5. Ngày mai chúng ta cùng đi tham quan **nhé**?
6. Chị vẫn thuê nhà ở đấy **chứ**?
7. Anh ấy là người nước nào, (hở) **chị**?

LUYỆN NÓI

I. Nói theo tranh (nhìn tranh và luyện tập theo mẫu)

Mẫu **Hôm nay - nắng và nóng - cao nhất - 37 độ C**

→ - Thời tiết hôm nay thế nào, chị?

- Hôm nay, trời nắng và nóng.
- Nhiệt độ cao nhất bao nhiêu?
- Theo dự báo khoảng 36 độ C.

Tiếp tục với:

1. Hôm nay - nhiều mây và có mưa - trung bình - 28 độ C

2. Ngày mai - rất lạnh và có tuyết - thấp nhất - âm 2 độ C

3. Ngày kia - mưa và gió to - trung bình - 26 độ C

4. Ngày kia - oi bức và đầy mây - cao nhất - 36 độ C

5. Ba ngày nữa - dông và bão - trung bình - 21 độ C

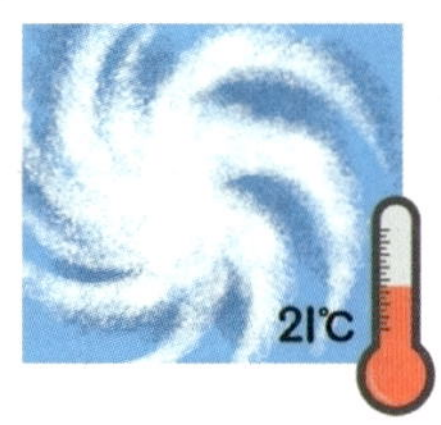

6. Cuối tuần này - mát và gió nhẹ - trung bình 25 độ C

II. Đặt câu hỏi cho những câu trả lời sau

1. Hôm nay, thời tiết mát và dễ chịu.

?

2. Không, hôm qua em không nghe dự báo thời tiết.

?

3. Theo dự báo, chiều nay ở Seoul có tuyết.

?

4. Hàn Quốc thuộc vùng khí hậu ôn đới.

?

5. Ở Hàn Quốc 1 năm có 4 mùa.

?

6. Hôm nay nhiệt độ cao nhất là 36 độ C và thấp nhất là 25 độ C.

?

7. Mùa Thu ở Việt Nam bắt đầu từ tháng 9 đến tháng 11.

?

8. Mỗi năm ở Việt Nam có trên dưới 10 cơn bão từ biển Đông

?

III. Trả lời các câu hỏi sau

1. Thời tiết ở Seoul hôm nay thế nào?

2. Ở Hàn Quốc mỗi năm có mấy mùa? Những mùa nào?

3. Mùa đông bắt đầu từ bao giờ đến bao giờ?

4. Thời tiết mùa đông ở Hàn Quốc thế nào?

5. Theo em mùa nào ở Hàn Quốc đẹp nhất?

6. Tại sao em không thích mùa đông?

7. Ở Hàn Quốc, mỗi năm có mấy cơn bão?

8. Tại sao em thích mùa thu?

IV. Tập nói theo chủ đề

1. Sử dụng các từ ngữ gợi ý bên phải, trả lời các câu hỏi bên trái

Thời tiết ở Seoul hôm nay **thế nào**?	- mùa thu
Ở Hàn Quốc mỗi năm có **mấy mùa**?	- nắng và nóng
Bốn mùa ở Hàn Quốc là **những mùa nào**?	- từ tháng 12 đến tháng hết tháng 3
Mùa đông bắt đầu **từ bao giờ đến bao giờ**?	- lạnh và thường có tuyết
Thời tiết mùa đông ở Hàn Quốc **thế nào**?	- thời tiết lạnh và khô
Theo em mùa nào ở Hàn Quốc **đẹp nhất**?	- thời tiết mát mẻ, phong cảnh đẹp
Tại sao em **không thích mùa đông**?	- có từ 1-3 cơn bão mỗi năm
Ở Hàn Quốc, mỗi năm có **mấy cơn bão**?	- nắng, nóng, nhiệt độ từ 25-38 độ C
Tại sao em thích mùa thu?	- phong cảnh đẹp, có nhiều hoa
Thời tiết mùa hè ở Hàn Quốc **thế nào**?	- mùa xuân, hạ, thu và đông

2. Chọn các từ ngữ gợi ý bên phải, em hãy cho biết

Khi trời mưa, người ta thường cần **những gì**?	áo mưa, ô, áo len, áo ấm, áo
Khi trời lạnh, người ta mặc những gì?	khoác, mũ len, khăn quàng cổ,
Khi trời có tuyết người ta thường cần **những gì**?	găng tay, kính râm, quạt, tủ
Khi trời nắng người ta thường cần **những gì**?	lạnh, điều hòa, máy lạnh, áo
Vào những ngày nóng, người ta mặc gì?	bơi, áo cộc tay, khẩu trang, ở
Khi trời mưa, bão tốt nhất nên ở đâu?	nhà, ra ngoài đường, ···

3. Đọc bản dự báo thời tiết dưới đây, tập nói về thời tiết các vùng

Ngữ cảnh 1: **Khu vực Tây Bắc bộ:** nhiều mây, mưa vài nơi, trời rét, có nơi rét đậm, gió nhẹ. Nhiệt độ thấp nhất 13 độ C và nhiệt độ cao nhất 26 độ C.

DỰ BÁO THỜI TIẾT NGÀY 15 / 12

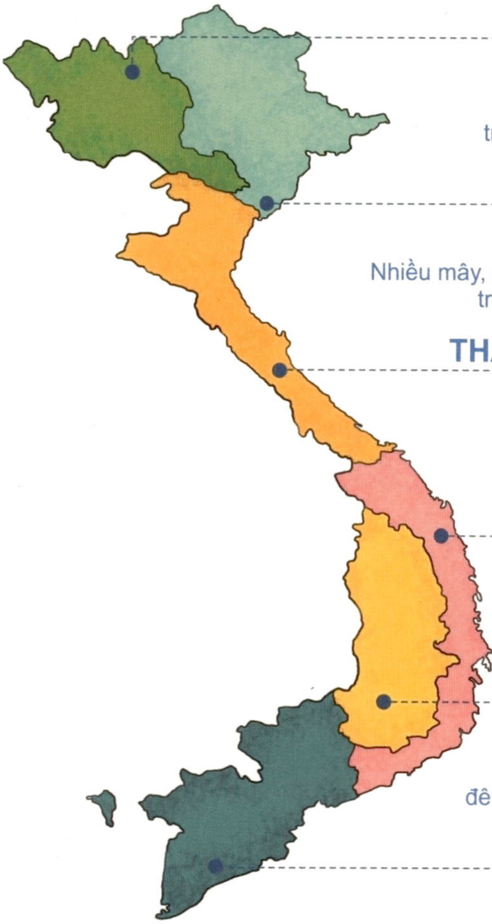

TÂY BẮC BỘ

13° - 26°

Nhiều mây, mưa vài nơi,
trời rét, có nơi rét đậm, gió nhẹ

ĐÔNG BẮC BỘ

11° - 19°

Nhiều mây, sáng và đêm mưa nhỏ rải rác,
trời rét, vùng núi có nơi rét đậm

THANH HÓA- THỪA THIÊN HUẾ

17° - 26°

Nhiều mây, sáng và đệm
mưa rải rác, phía Bắc trời rét

ĐÀ NẴNG - BÌNH THUẬN

21° - 31°

Mây thay đổi,
mưa rào và dông vài nơi

TÂY NGUYÊN

17° - 29°

Mây thay đổi, ngày nắng,
đêm có mưa rào và dông vài nơi

NAM BỘ

23° - 33°

Mây thay đổi,
mưa rào và dông vài nơi

Tiếp tục với:

Ngữ cảnh 2: Khu vực Đông Bắc bộ

Ngữ cảnh 3: Khu vực Thanh Hóa – Thừa Thiên Huế

Ngữ cảnh 4: Khu vực Đà Nẵng – Bình Thuận

Ngữ cảnh 5: Khu vực Tây Nguyên

Ngữ cảnh 6: Khu vực Nam bộ

ĐỌC - HIỂU

I. Đọc hiểu đoạn văn sau

VÀI NÉT VỀ KHÍ HẬU VIỆT NAM

Lãnh thổ Việt Nam nằm trong **vùng nhiệt đới** nhưng khí hậu Việt Nam phân chia thành 3 vùng khí hậu riêng biệt. Miền Bắc và bắc Trung Bộ là khí hậu **cận nhiệt đới, gió mùa, ẩm** và có 4 mùa: xuân, hạ, thu và đông. Trung Trung Bộ và nam Trung bộ là khí hậu **nhiệt đới, gió mùa**, còn Nam Bộ mang đặc điểm **nhiệt đới xavan**. Do giáp với biển Đông (một phần của **Thái Bình Dương**) và chịu ảnh hưởng của khí hậu đại dương nên từ trung Trung Bộ đến Nam Bộ có 2 mùa: mùa mưa và mùa khô. Mùa mưa bắt đầu từ tháng 5 đến tháng 10, còn mùa khô từ tháng 11 đến tháng 4 năm sau···

Do tính chất nhiệt đới, gió mùa, ẩm nên nhiệt độ cao quanh năm, trung bình trên cả nước là 23° C và tăng dần từ Bắc vào Nam. Số giờ nắng đạt từ 1400 - 3000 giờ / năm. Lượng mưa trung bình hàng năm từ 1500 - 2000mm / năm và độ ẩm không khí trên 80% giảm dần từ Bắc vào Nam.

Cũng do tính chất nhiệt đới, ẩm, gió mùa nên khí hậu Việt Nam diễn biến thất thường và gây nhiều thiên tai. Trung bình mỗi năm, ở Việt Nam có trên dưới 10 cơn bão từ biển Đông và trên 30 đợt gió mùa đông - bắc. Bão ở Việt Nam có phạm vi ảnh hưởng khá rộng. Khi một cơn bão xuất hiện, nó thường có ảnh hưởng tới 5 - 6 tỉnh. Gió mùa và bão thường gây ra mưa lớn, lụt lội, hạn hán, gió nóng..., tàn phá nhà cửa, mùa màng, môi trường và cuộc sống của con người···v.v.

Phỏng theo VOS - Việt Nam

TỪ VỰNG 3 (어휘 3)

lãnh thổ	(領土) 영토	**vùng, khu vực**	(區域) 구역
phân chia	나누다	**riêng biệt**	별개의, 다른
cận nhiệt đới	(近熱帶) 아열대	**đặc điểm, tính chất**	(特点, 性質) 특징
(khí hậu) xavan	사바나 (기후)	**giáp (với)**	(...와) 접하고 있다
ảnh hưởng	(影響) 영향	**đại dương**	(大洋) 대양
Thái Bình dương	(太平洋) 태평양	**số giờ nắng**	일조시간
tăng dần	점점 늘어나는	**giảm dần**	점점 내려가는
lượng mưa	강수량	**diễn biến**	(演變) 변화하다
thất thường	(失常) 불규칙적인	**thiên tai**	(天災) 천재
phạm vi	(範圍) 범위	**lụt lội**	홍수
hạn hán	가뭄	**tàn phá**	(殘破) 파괴하다
mùa màng	수확	**môi trường**	환경

II. Đọc bài đọc rồi lựa chọn thông tin đúng / sai

1. Khí hậu Việt Nam chia thành 3 vùng riêng biệt: Bắc Bộ, Trung Bộ và Nam Bộ
2. Miền Bắc và bắc Trung Bộ có 4 mùa: xuân, hạ, thu và đông.
3. Bão ở Việt Nam thường có mức ảnh hưởng không rộng.
4. Khu vực trung Trung Bộ đến Nam Bộ có 2 mùa: mùa mưa và mùa khô.
5. Độ ẩm không khí cao và giảm dần từ Nam ra Bắc.
6. Trung bình ở Việt Nam, mỗi năm có trên dưới 10 cơn bão.

III. Trả lời bằng cách chọn đáp án đúng

1. Khu vực miền Bắc và bắc Trung Bộ Việt Nam thuộc vùng khí hậu ______.

① nhiệt đới, gió mùa
② nhiệt đới, gió mùa, ẩm
③ cận nhiệt đới, gió mùa, ẩm

2. Khu vực Trung và nam Trung Bộ Việt Nam thuộc vùng khí hậu ______.

① nhiệt đới, gió mùa, ẩm
② nhiệt đới, gió mùa
③ cận nhiệt đới, gió mùa, ẩm

3. Khu vực Nam Bộ Việt Nam thuộc vùng khí hậu ______.

① nhiệt đới xavan
② nhiệt đới, ẩm xavan
③ cận nhiệt đới xavan

4. Khí hậu từ trung Trung Bộ đến Nam Bộ có 2 mùa vì ______________.

① giáp với biển Đông

② không chịu ảnh hưởng của khí hậu đại dương

③ giáp với biển Đông và chịu ảnh hưởng của khí hậu đại dương

5. Nhiệt độ trung bình cao quanh năm và ______________.

① giảm dần từ Bắc vào Nam

② tăng dần từ Bắc vào Nam

③ không thay đổi Bắc vào Nam

6. Lượng mưa trung bình hàng năm từ ______________.

① 1500 - 2000 mm / năm

② 1400 – 3000 giờ / năm

③ 1500 – 2000 giờ / năm

7. Độ ẩm không khí trên 80% và ______________.

① giảm dần từ Bắc vào Nam

② tăng dần từ Bắc vào Nam

③ không thay đổi từ Bắc vào Nam

8. Khí hậu thất thường và gây nhiều thiên tai là đặc trưng của ______________.

① khí hậu nhiệt đới, ấm, gió mùa

② khí hậu nhiệt đới, ẩm, gió mùa

③ khí hậu nhiệt đới, khô, gió mùa

IV. Nói theo chủ đề

1. Em hãy nói về thời tiết 4 mùa ở Hàn Quốc. (200 – 250 từ)
2. Em hãy nói về khí hậu Hàn Quốc. (200 – 250 từ)

Bài 03

GIAO THÔNG VÀ ĐI LẠI

Từ đây đến đó đi bằng gì tiện nhất?

NHỮNG CÂU CẦN NHỚ

A

Từ nhà em đến trường bao xa?

Nhà em cách trường bao xa?

Hàng ngày em đến trường bằng (phương tiện) gì?

Từ nhà em đến trường bằng xe buýt mất bao lâu?

Từ đây đến đó bằng xe buýt mất bao lâu?

Từ đây đến đó đi bằng gì tiện nhất?

Em đã bao giờ bị nhỡ (lỡ) xe buýt chưa? Vì sao?

Họ đến đây bằng tắc xi hay xe buýt?

B

Ở Hàn Quốc có những phương tiện giao thông nào?

Theo em phương tiện giao thông nào tiện lợi nhất?

Ở Hàn Quốc phương tiện giao thông nào phổ biến nhất?

Ở Hàn Quốc phương tiện giao thông nào nhanh nhất?

Ở Hàn Quốc phương tiện giao thông nào an toàn nhất?

Người Hàn thích đi lại bằng phương tiện giao thông nào nhất? Vì sao?

Đến trung tâm Seoul có thể đi bằng những phương tiện nào?

Đến sân bay quốc tế có thể đi bằng những phương tiện nào?

C

Các phương tiện giao thông ở Seoul hoạt động thế nào?

Các bến xe buýt cách nhau bao xa?

Trung bình mấy phút có một chuyến xe buýt?

Tàu điện ngầm (subway) ở Seoul thế nào?

Giá vé tàu điện ngầm thế nào?

Ở Hàn Quốc có mấy sân bay quốc tế?

Tàu cao tốc (KTX) ở Hàn Quốc đi đến những đâu?

Tốc độ của tàu cao tốc bao nhiêu km/h?

Đi bằng tàu cao tốc, em thấy thế nào?

TỪ VỰNG 1 (어휘 1)

từ … đến…	...부터 ...까지	**…bao xa?**	얼마나 멀어요?
…mất bao lâu?	(시간) 얼마나 걸려요?	**… cách….**	떨어진
…bằng gì?	무엇으로 ...?	**…bằng phương tiện gì?**	무슨 교통수단으로...?
tiện (lợi)	(便) 편리한	**nhỡ (lỡ)**	놓치다
phổ biến	(普遍) 보편적인	**an toàn**	(安全) 안전한
sân bay	공항	**quốc tế**	(國際) 국제
hoạt động	(活動) 활동하다	**chuyến**	이동편
trung bình	(中平) 평균의	**tàu điện ngầm**	지하철
bến xe	버스 정류장	**giá vé**	요금, 표값
tàu hỏa (xe lửa)	기차	**tàu cao tốc**	(高速) 고속열차
tốc độ	(速度) 속도	**đi lại**	오고가다
giao thông	(交通) 교통	**giờ cao điểm**	(高點) 러시아워

HỘI THOẠI

A

Thầy giáo: Ở Seoul, em thuê nhà hay sống với bố mẹ, hở Lee?

Lee: Dạ, em ở nhà với bố mẹ ạ.

Thầy giáo: Nhà em cách trường có xa không?

Lee: Không xa lắm ạ, khoảng trên dưới 10 km.

Thầy giáo: Thế, hàng ngày em đến trường bằng gì?

Lee: Dạ, em thường đi bằng xe buýt ạ.

Thầy giáo: Từ nhà em đến đây đi xe buýt mất bao lâu?

Lee: Dạ, khoảng 20 phút ạ!

Thầy giáo: Đi xe buýt có hay bị tắc đường không?

Lee: Thường xuyên ạ, nhất là vào giờ cao điểm.

Thầy giáo: Sao em không đi bằng tàu điện ngầm, vừa tiện vừa rẻ?

Lee: Vì nhà em ở gần bến xe buýt nên đi xe buýt tiện hơn ạ.

B

Cô giáo: Em đã sang Việt Nam chưa, Park?

Park: Dạ, rồi ạ. Hè năm ngoái, em sang Việt Nam học tiếng Việt 6 tháng.

Cô giáo: Em học ở Hà Nội hay thành phố Hồ Chí Minh?

Park: Em học ở thành phố Hồ Chí Minh ạ.

Cô giáo: Em thấy giao thông ở đó thế nào?

Park: Rất đông người và hay tắc đường ạ, nhất là vào giờ cao điểm.

Cô giáo: Thời gian ở thành phố HCM, em đi lại bằng phương tiện gì?

Park: Bằng xe máy ạ.

Cô giáo: Em đã mua hay thuê xe máy?

Park: Em mua lại xe máy cũ của bạn em ạ.

Cô giáo: Em thấy đi lại bằng xe máy thế nào?

Park: Em thấy rất tiện nhưng đôi khi hơi nguy hiểm.

Cô giáo: Em đã bị công an phạt bao giờ chưa?

Park: Chưa bao giờ ạ vì em luôn chấp hành đúng luật lệ giao thông.

C

Nhân viên: Chào ông. Xin ông cho xem vé máy bay và hộ chiếu.

Hành khách: Đây ạ.

Nhân viên: Ông bay đến Hà Nội à? Hành lý của ông đâu?

Hành khách: Vâng, tôi có 1 hành lý ký gửi và hành lý xách tay.

Nhân viên: Ông muốn ngồi cạnh cửa sổ hay cạnh lối đi?

Hành khách: Xin cho tôi chỗ cạnh lối đi···

Nhân viên: Đây là thẻ lên máy bay của ông. Bây giờ mời ông vào trong kia tiếp tục làm thủ tục kiểm tra hộ chiếu và Hải quan.

Hành khách: Cám ơn cô!

Nhân viên: Chúc ông thượng lộ bình an!

TỪ VỰNG 2 (어휘 2)

tắc đường	길이 막히다	**vừa tiện vừa rẻ**	편리하면서 저렴한
sang, đến	건너다, 도착하다	**(mùa) hè**	여름
năm ngoái (trước)	작년	**đông người**	사람이 많다
thuê (xe)	임대하다(렌트하다)	**mua lại**	재구매하다
nguy hiểm	(危險) 위험한	**(bị) phạt**	(罰) 벌하다(벌을 받다)
công an	(公安) 경찰	**chấp hành**	(執行) 집행하다
luật (lệ)	(律) 법(규칙)	**hộ chiếu**	여권
hành lý	짐	**hành lý kí gửi**	위탁 수하물
hành lý xách tay	휴대 수하물	**cạnh**	옆
lối đi	도로, 길	**thẻ lên máy bay**	탑승권
thủ tục	(手續) 수속	**hải quan**	(海關) 세관
thượng lộ	(上路) (여행을)떠나다	**bình an**	(平安) 평안한

LUYỆN NÓI

I. Nói theo tranh (mẫu)

Mẫu **xe buýt - công cộng - đi bằng xe buýt - vừa tiện vừa nhanh**

→ - Đây là phương tiện gì?

- Đây là **xe buýt.**

- Xe buýt thuộc loại phương tiện giao thông gì?

- Xe buýt thuộc loại phương tiện giao thông **công cộng**.

- Em thấy **đi bằng xe buýt** thế nào?

- Đi bằng xe buýt, em thấy **vừa tiện vừa nhanh ạ.**

Tiếp tục với:

1. xe đạp điện - cá nhân - đi xe đạp điện - vừa nhẹ vừa bảo vệ môi trường

2. tắc xi - công cộng - đi tắc xi - tiện, nhanh nhưng hơi đắt

3. xe máy - cá nhân - đi xe máy - tiện, nhanh nhưng ô nhiễm môi trường

4. tàu điện ngầm - công cộng - đi tàu điện ngầm - vừa tiện vừa nhanh vừa rẻ

5. tàu thủy - công cộng - đi tàu thủy - vừa rẻ vừa rất thú vị

6. máy bay - công cộng - đi máy bay - vừa nhanh vừa hiện đại

II. Hãy tìm các từ ngữ chỉ vị trí tương ứng với các phương tiện giao thông

Mẫu máy bay → sân bay

Tiếp tục với:

tàu hỏa → ______.

tàu điện ngầm → ______.

tàu điện trên cao → ______.

tắc xi → ______.

tàu thủy → ______.

thuyền → ______.

ca nô → ______.

phà (ferry) → ______.

xe buýt → ______.

xe xích lô → ______.

xe ôm → ______.

xe khách → ______.

III. Trả lời các câu hỏi sau

1. Hàn Quốc có những phương tiện giao thông nào?

.

2. Em hãy kể tên một số phương tiện giao thông công cộng ở Hàn Quốc?

.

3. Hàn Quốc có mấy sân bay quốc tế, mấy sân bay nội địa?

.

4. Em thích nhất loại phương tiện giao thông nào? Vì sao?

.

5. Khi muốn tới những địa phương khác ở Hàn Quốc, người ta có thể sử dụng những loại phương tiện nào?

.

6. Tàu, thuyền, ca nô có thể đi tới những nơi nào ở Hàn Quốc?

.

IV. Tập nói theo ngữ cảnh

1. Sử dụng gợi ý dưới đây, nói về lợi ích của các phương tiện giao thông công cộng

Lợi ích của giao thông Công cộng

Hạn chế sử dụng phương tiện giao thông cá nhân để chuyển sang sử dụng phương tiện giao thông công cộng như xe buýt, xe khách, tàu hỏa... mang lại nhiều lợi ích không chỉ cho cá nhân mà cho cả xã hội.

LỢI ÍCH CHO CÁ NHÂN

Tiết kiệm chi phí đi lại

Hạn chế căng thẳng khi phải tự điều khiển xe

Hạn chế tác động thời tiết bên ngoài như mưa, nắng, gió

Có nhiều thời gian tận hưởng Cuộc Sống (trò chuyện, đọc sách, nghe nhạc)

LỢI ÍCH CHO XÃ HỘI

Giảm ùn tắc giao thông

Giảm lượng nhiên liệu tiêu thụ

Giảm thiểu ô nhiễm môi trường nhờ giảm lượng khí phát thải từ phương tiện cơ giới cá nhân

2. Ngữ cảnh 1:

Xe đạp là một phương tiện giao thông mà tôi thích nhất. Nó rất tiện lợi và tốt cho sức khỏe. Đi xe đạp, tôi có thể phát triển cơ bắp, giảm cân và cải thiện sức khỏe hàng ngày. Khi đi xe đạp, bạn không phải lo lắng về chỗ đậu xe vì xe đạp nhỏ và nhẹ, nhất là bạn không mất tiền mua nhiên liệu. Hơn nữa, xe đạp là phương tiện vận tải không gây ô nhiễm môi trường. Đó là một số lý do vì sao tôi thích đi lại bằng xe đạp.

Tiếp tục với:

1. Xe máy là

2. Xe buýt

3. Xe đạp điện

ĐỌC - HIỂU

I. Đọc hiểu bài đọc sau

TÀU ĐIỆN NGẦM Ở SEOUL, HÀN QUỐC

Hệ thống xe lửa ngầm (subway) đầu tiên trên thế giới được xây dựng ở Luân đôn (nước Anh) vào năm 1863. Lúc này, Subway chạy bằng tàu hơi nước và chỉ có thể di chuyển trong khoảng cách 6 km. Sau chiến tranh thế giới lần thứ nhất, công cuộc xây dựng tàu điện ngầm phát triển mạnh trên thế giới. Hệ thống tàu điện ngầm đầu tiên ở châu Âu được xây dựng ở Budapest (thủ đô Hungary) vào năm 1896. Sau đó là hệ thống tàu điện ngầm ở Viên (thủ đô Áo) năm 1898, Paris năm 1900, Hoa Kỳ năm 1901 và Berlin năm 1902···

Hệ thống tàu điện ngầm ở **Seoul** được vận hành vào ngày 15/8/1974, sau khoảng 110 năm so với hệ thống xe lửa ngầm ở châu Âu. Hệ thống tàu điện ngầm Seoul **ban đầu** chỉ có một tuyến số 1 (line 1) với 9 ga, dài 7,8 km, nối ga Seoul với ga Cheongnyeongi. Ngày nay hệ thống tàu điện ngầm Seoul có 9 tuyến chính thức (từ tuyến số 1 đến tuyến số 9) và gần 300 ga, đi tới khắp nơi trong thủ đô Seoul. Tổng chiều dài toàn tuyến là 331,5 km, tương đương với hệ thống tàu điện ngầm ở New York (Mỹ) và London (Anh)···

Hệ thống tàu điện ngầm ở Hàn Quốc nổi tiếng sạch sẽ và được trang bị nhiều thiết bị, tiện nghi hiện đại. Mỗi tuyến tàu điện ngầm tại Seoul đều có màu sắc khác nhau để dễ dàng nhận diện. Trong mỗi toa tàu đều trang bị màn hình ti-vi kỹ thuật số, có máy lạnh và máy sưởi vào mùa đông; có thiết kế những ghế dành riêng cho người cao tuổi, phụ nữ mang thai, trẻ nhỏ và người tàn tật··· Từ năm 2008, tất cả ga ở thủ đô Seoul đã được lắp đặt hệ thống cửa chắn lên tàu (plaform screen door) để đảm bảo an toàn cho hành khách. Các bảng hướng dẫn đi tàu điện ngầm đều được viết bằng cả tiếng Hàn và tiếng Anh. Loa thông báo khi tàu gần đến ga, hay chuyển tuyến cũng được phát thanh bằng tiếng Hàn, tiếng Anh và một vài trường hợp bằng cả tiếng Nhật và tiếng Trung···

Tàu điện ngầm là một trong những phương tiện giao thông công cộng được sử dụng nhiều nhất ở Hàn Quốc. Phương tiện này thu hút khoảng 1/3 dân số thủ đô. Nó không chỉ là một biểu tượng cho sự phát triển về kinh tế và sự hiện đại hóa của Hàn Quốc trong những năm 1970 mà còn được thừa nhận là một trong những phương tiện đi lại hiện đại và bận rộn nhất trên thế giới. Trong cuốn sách "*Nhật ký du lịch tàu điện ở Seoul*" (Seoul Subway Travelogue) của Charles và Elizabeth Groeshen, 2 người nước ngoài từng đến du lịch và trải nghiệm qua hơn 100 ga tàu trong suốt 5 năm ở Seoul đã nhận xét: "*Hệ thống tàu điện ngầm Seoul thật tuyệt vời. Không một nơi nào trên thế giới mà bạn có thể du lịch bằng tàu điện xa đến vậy. Giá vé lại rất rẻ. Bạn có thể trải nghiệm các khía cạnh đa dạng của thủ đô với mức phí rất dễ chịu*".

TỪ VỰNG 3 (어휘 3)

tàu điện ngầm	지하철	**tàu hơi nước**	증기선
di chuyển	(移轉) 옮기다, 이전하다	**chiến tranh**	(戰爭) 전쟁
công cuộc	일, 사업	**khoảng cách**	거리, 간격
ban đầu	처음, 시작	**chính thức**	(正式) 정식적인
tổng	(總) 모든	**toàn tuyến**	모든 선
tương đương	(相當) ...에 해당하는	**vận hành**	(運行) 운행하다
trang bị	(裝備) 장비(를 갖추다)	**thiết bị**	(設備) 설비
tiện nghi	(便宜) 편리한	**tuyến**	(線) 선
nhận diện	(認面) 인지하다	**toa tàu**	기차칸
màn hình	화면, 스크린	**kỹ thuật số**	디지털
thiết kế	(設計) 설계하다	**dành riêng**	특별히 준비해 두다
mang thai	임신(하다)	**người tàn tật**	장애인
lắp đặt	설치하다	**đảm bảo**	(擔保) 보증하다
bảng hướng dẫn	(向引) 안내판	**thông báo**	(通報) 통보하다
chuyển tuyến	환승하다	**phát thanh**	(發聲) 방송하다
thu hút	흡수하다	**biểu tượng**	(表象) 상징하다
hiện đại hóa	(現代化) 현대화	**thừa nhận**	인정하다
bận rộn	바쁜	**công cộng**	공공의
nhật ký	(日記) 일기	**nhận xét**	관찰하다
khía cạnh	측면	**đa dạng**	(多樣) 다양한
trải nghiệm	체험하다, 경험하다		

II. Trả lời bằng cách chọn đáp án đúng

1. Theo bài đọc, hệ thống xe lửa ngầm đầu tiên trên thế giới được xây dựng ở đâu?

① Budapest, thủ đô Hungary

② Luân đôn, thủ đô nước Anh

③ Paris, thủ đô nước Pháp

④ Viên, thủ đô nước Áo

2. Hệ thống tàu điện ngầm đầu tiên ở Seoul được vận hành từ bao giờ?

① từ ngày 15/8/1972

② từ ngày 15/8/1973

③ từ ngày 15/8/1974

④ từ ngày 15/8/1975

3. Hệ thống tàu điện ngầm đầu tiên ở Seoul có tất cả mấy tuyến (line)?

① một tuyến

② hai tuyến

③ sáu tuyến

④ chín tuyến

4. Hệ thống cửa chắn lên tàu điện ngầm ở Seoul được lắp đặt từ bao giờ?

① năm 2008

② năm 2009

③ năm 2010

④ năm 2012

5. Các bảng hướng dẫn đi tàu điện ngầm được viết bằng mấy thứ tiếng?

① một thứ tiếng

② hai thứ tiếng

③ ba thứ tiếng

④ bốn thứ tiếng

6. Hình ảnh tàu điện ngầm ở Seoul có ý nghĩa gì đối với đất nước Hàn Quốc?

① Là biểu tượng cho sự phát triển kinh tế Hàn Quốc hiện nay.

② Là biểu tượng cho sự hiện đại hóa của Hàn Quốc những năm 1970.

③ Là biểu tượng cho sự phát triển và hiện đại hóa của Hàn Quốc những năm 1970.

④ đáp án ① và ②

7. Hệ thống tàu điện ngầm ở Seoul đã đươc thế giới đánh giá như thế nào?

① Một phương tiện đi lại hiện đại nhất trên thế giới.

② Một trong những phương tiện đi lại bận rộn nhất trên thế giới.

③ Một trong những phương tiện đi lại hiện đại và bận rộn nhất trên thế giới.

④ đáp án ① và ②

8. Khi tàu gần đến ga, hay chuyển tuyến, loa thông báo bằng những ngoại ngữ nào?

① Tiếng Hàn, tiếng Anh, một vài trường hợp bằng tiếng Nhật và tiếng Trung.

② Tiếng Hàn, tiếng Anh, tiếng Nhật và tiếng Trung.

③ Tiếng Anh và một vài trường hợp bằng tiếng Nhật, tiếng Trung.

④ Tiếng Hàn, tiếng Anh, đôi khi bằng tiếng Nhật, tiếng Trung.

III. Đặt câu hỏi cho những câu trả lời sau

1. Tổng chiều dài toàn tuyến tàu điện ngầm ở Seoul là 331,5 km.

?

2. Sân bay Incheon là sân bay quốc tế của Hàn Quốc.

?

3. Xe buýt là một trong những phương tiện giao thông công cộng ở Hàn Quốc.

?

4. Tàu điện ngầm là phương tiện thu hút khoảng 1/3 dân số thủ đô.

?

5. Charles và Elizabeth Groeshen đã từng đến Hàn Quốc du lịch.

?

6. Họ đã đi qua hơn 100 ga tàu trong suốt 5 năm ở Seoul.

?

IV. Nói theo chủ đề (chuẩn bị ở nhà)

1. Hãy nói về tình hình giao thông ở Hàn Quốc hiện nay. (250-300 từ)
2. Hãy nói về phương tiện giao thông mà em thích nhất? (250-300 từ)
3. Hãy nói về những lợi ích của phương tiện giao thông công cộng? (250-300 từ)
4. Hãy nói về những lợi ích và hạn chế của xe đạp? (250-300 từ)

Bài 04

MUA SẮM – CHỢ BÚA

Bạn thường đi mua sắm ở đâu?

NHỮNG CÂU CẦN NHỚ

A

Cái này bao nhiêu tiền?

Cái này giá bao nhiêu?

Cái áo này giá bao nhiêu?

Cái áo này giá 150.000 đồng.

Hoa hồng này bán thế nào, hở chị?

Hoa hồng này 2 nghìn một bông.

Xoài này chị bán thế nào ạ?

Cam này bao nhiêu tiền 1kg, chị?

Có được mặc cả không, chị?

Ở đây người bán có nói thách không, chị?

Ở đây bán đúng giá, không nói thách!

B

Chị cho tôi xem···

Chị cho tôi xem đôi giày kia một chút···

Chị ơi, cho tôi xem cái áo màu đen kia được không ạ?

Cho tôi xem chiếc quần.

Tôi mặc thử, được không?

Cho tôi thử cái áo này được không?

Được. Chị cứ thử thoải mái.

Phòng thử ở đâu, chị?

Mời chị tới đằng kia.

C

Siêu thị hiện đại và chợ truyền thống.

Các siêu thị hay trung tâm mua sắm hiện đại.

Mua sắm ở chợ truyền thống có những ưu thế gì?

Mua bán ở chợ truyền thống có những hạn chế gì?

Quá trình đô thị hóa hiện nay đang diễn ra hết sức nhanh chóng .

Vai trò của chợ truyền thống trong tương lai thế nào?

Chợ truyền thống vẫn là nơi cung cấp thực phẩm tươi sống.

Chợ truyền thống vẫn là kênh trao đổi, mua bán hàng hóa rộng lớn.

Thực phẩm ở siêu thị không tươi, không rẻ hơn ở chợ truyền thống.

Hàng hóa ở siêu thị đắt hơn nhưng đa dạng, sạch sẽ và chất lượng hơn.

TỪ VỰNG 1 (어휘 1)

giá, giá cả	가격	**bông (hoa)**	꽃
mặc cả	흥정하다	**nói thách**	(가격을) 높게 말하다
(bán) đúng giá	정가 (팔다)	**cho tôi xem**	보여주세요
mặc (áo)	(옷을) 입다	**thoải mái**	마음대로, 만족하다
thử	시도하다	**đôi giày**	구두
phòng thử	탈의실	**đằng kia**	저기에
trung tâm mua sắm	쇼핑센터	**chợ truyền thống**	(傳統) 전통시장
ưu thế	(優勢) 우세	**hạn chế**	(限制) 한계
đô thị hóa	(都市化) 도시화	**vai trò**	역할, 직무
hết sức	힘을 다하다	**cung cấp**	(供給) 공급하다
thực phẩm	(食品) 식품	**tươi sống**	싱싱한
kênh	통로, 채널	**hàng hóa**	상품
đa dạng	(多樣) 다양한	**chất lượng**	(質量) 품질

HỘI THOẠI

A

Nam: Chào chị. Chị bán cho tôi một bó hoa.

Người bán: Anh mua hoa để cắm lọ hay tặng bạn?

Nam: Tôi mua hoa để tặng bạn ngày sinh nhật.

Người bán: Bạn gái hay bạn trai?

Nam: Bạn gái. Nhưng chị hỏi thế để làm gì?

Người bán: À. Tôi hỏi để chọn hoa cho thích hợp, chứ không phải tò mò đâu!

Nam: Ồ, thế thì tốt quá. Nhờ chị chọn cho bó nào thật tươi nhé!

Người bán: Anh cứ yên tâm. Tôi sẽ chọn cho anh một bó hoa vừa tươi vừa đẹp.

Nam: Cám ơn chị!

B

Bà Park: Chào ông. Tôi muốn thuê một phòng ở tầng 3 và nhờ ông kiếm cho một người dọn phòng được không ạ?

Ông Hòa: Chắc chắn là được. Chúng tôi sẽ tìm giúp nhưng bà muốn người dọn phòng như thế nào?

Bà Park: Một phụ nữ không trẻ quá, cẩn thận và sạch sẽ. Biết một chút tiếng Anh càng tốt. Công việc là dọn dẹp, vệ sinh phòng và giặt giũ. Mỗi tuần làm việc 3 ngày: thứ hai, thứ tư và thứ sáu.

Ông Hòa: Có cần kiêm cả đi chợ, nấu ăn không ạ?

Bà Park: Ồ, không. Tôi ăn ngoài là chính, thỉnh thoảng ăn ở nhà thì sẽ tự nấu lấy.

Ông Hòa: Thế, bao giờ thì bà cần ạ?

Bà Park: Ông giúp cho càng sớm càng tốt.

Ông Hòa: Dạ, vâng!

C

Khách hàng: Chị ơi, bao nhiêu tiền một cân xoài ạ?

Người bán: Sáu mươi nghìn chị ạ!

Khách hàng: Thế còn bưởi này giá bao nhiêu?

Người bán: Bưởi đó bảy mươi ngàn một quả.

Khách hàng: Sầu riêng, chị bán thế nào?

Người bán: Bốn mươi nghìn một ký.

Khách hàng: Còn cam xoàn này bao nhiêu chị?

Người bán: Cam xoàn này mới hái sáng nay, tươi và ngọt lắm đấy! Ba mươi lăm nghìn một ký.

Khách hàng: Chị cho tôi 2 cân xoài, một quả bưởi và 3 cân cam xoàn. Tất cả bao nhiêu tiền, chị?

Người bán: Dạ, hai trăm chín mươi lăm ngàn tất cả ạ.

Khách hàng: Xin gửi tiền, chị!

Người bán: Cám ơn anh! Lần sau lại tới mua cho tôi nhé!

TỪ VỰNG 2 (어휘 2)

bó (hoa, rau, dây···)	다발(꽃, 야채, 줄)	cắm (hoa)	꽂다(꽃꽂이)
lọ (hoa, thuốc···)	병(꽃, 약)	chọn, lựa	고르다
thích hợp, phù hợp	(適合, 符合) 적합한	tò mò	궁금한
nhờ (ai làm gì)	(누군가 무엇을 하도록) 부탁하다	yên tâm	안심하다
(hoa) tươi	신선한(꽃)	đổi tiền	환전하다
cửa hàng, tiệm	가게	dọc	나란히
bất cứ, bất kỳ	모든	phố cổ	구(舊) 거리
giá, giá cả	가격	giá hối đoái	환전 가격
giá chợ đen	암시장 가격	giá thị trường	시장 가격
thuê	임대하다	tìm, kiếm	찾다
dọn (dẹp)	청소하다	giúp (dùm, hộ)	돕다
thật thà	솔직한	vệ sinh	(衛生) 청소하다
giặt giũ	세탁하다	kiêm, kèm	겸하다
ăn ngoài	외식하다	chính	(正) 주요한
tự nấu lấy	스스로 요리하다	càng sớm càng tốt	빠를수록 좋다
cân, ký, kilôgam	킬로그램(kg)	xoài	망고
bưởi	자몽	sầu riêng	두리안
hái	(꽃, 과일을) 따다		

LUYỆN NÓI

I. Tập nói theo mẫu (nhìn tranh)

Mẫu **quầy gì? - hoa quả - loại hoa quả nào? - kể tên hoa quả - xoài, cam, lê···**

- Đây là quầy (bán) gì?
- Đây là quầy (bán) hoa quả.
- Ở quầy này có những loại hoa quả nào?
- Ở quầy này có nhiều loại hoa quả.
- Hãy kể tên các loại hoa quả mà em biết?
- Chẳng hạn, xoài, cam, lê, sầu riêng,···

Tiếp tục với:

1. quầy gì?- rau, củ quả - loại rau, củ, quả nào?- kể tên rau, củ, quả - khoai, ớt···

2. quầy gì? - quần áo - loại quần áo nào? – kể tên quần áo – sơmi, quần bò, áo phông

3. quầy gì? - thực phẩm - loại thực phẩm nào?- kể tên thực phẩm - thịt, cá, trứng…

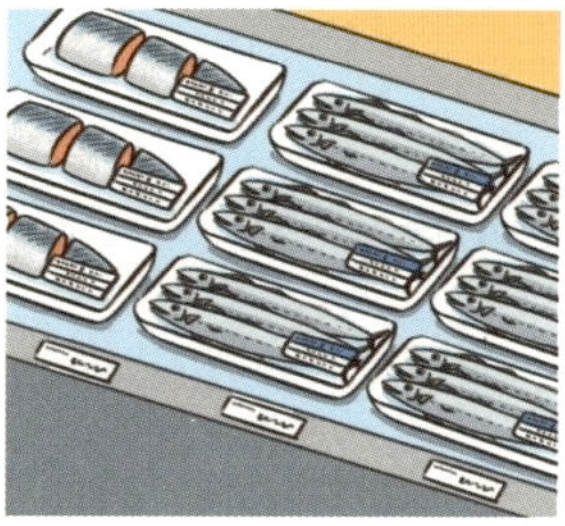

4. quầy gì?- gia dụng - loại đồ gia dụng nào?- kể tên đồ gia dụng - bát, đũa, chảo…

II. Nói theo ngữ cảnh

1. Hoàn thiện các hội thoại sau bằng cách điền từ ngữ vào chỗ trống

Anh Lee: Chào chị, tôi muốn ______ một ______ giày.

Nhân viên: Vâng. Mời ______ xem!

Anh Lee: Chị cho ______ xem đôi giày ______ đen kia, được ______ ạ?

Nhân viên: Dạ vâng. Anh đi cỡ ______ ?

Anh Lee: Tôi ______ 42.

Nhân viên: Cỡ 42 màu đen vừa ______ rồi anh ạ, chỉ ______ màu nâu thôi.
Hay anh lấy ______ nâu?

Anh Lee: Không ạ, tôi không ______ với màu nâu ______.

Nhân viên: Vậy thì hai ______ ba ngày nữa, ______ anh quay lại,
cửa hàng ______ có màu đen!

Anh Lee: Dạ vâng, ______ chị!

2. Sắp xếp các câu sau thành hội thoại

Trong quán giải khát

- (Nói với chủ quán) Bác cho hai nước cam, một có đường, một không đường và một Coca-Cola.
- Mình không thích nước cam. Mình uống Coca-Cola.
- (Kim Hỏi Park và Lee) Mình uống nước cam, các cậu uống gì?
- Mình cũng uống nước cam nhưng không đường.
- Các anh chị dùng gì ạ?
- Có ngay!

3. Trả lời các câu hỏi sau (bằng ý kiến, quan điểm của mình)

Câu hỏi 1: Em hãy nêu những ưu thế và hạn chế khi mua sắm ở siêu thị hay trung tâm thương mại hiện đại?

a. Mua sắm ở siêu thị hay trung tâm thương mại hiện đại có những ưu thế:

- Một là,

- Hai là,

- Ba là,

- Và cuối cùng là,

b. Và mua sắm ở siêu thị hay trung tâm thương mại có những hạn chế sau:

- Một là,

- Hai là,

- Ba là,

Câu hỏi 2: Em hãy nêu những ưu thế và hạn chế khi mua sắm ở những khu chợ truyền thống?

a. Những ưu thế và hạn chế khi mua sắm ở những khu chợ truyền thống, gồm:

b. Và khi mua sắm ở những khu chợ truyền thống có những hạn chế là:

Câu hỏi 3: Em hãy cho biết vị trí, vai trò của các chợ truyền thống trong xu hướng đô thị hóa mạnh mẽ như hiện nay?

ĐỌC - HIỂU

I. Đọc hiểu bài đọc sau

CHỢ DONGDAEMOON

Người ta thường ví rằng, nếu Pari là kinh đô thời trang của châu Âu thì Seoul cũng được coi như một kinh đô thời trang của châu Á. Và ở Seoul, chợ Dongdaemoon là một trong những trung tâm mua sắm lớn nhất ở Hàn Quốc. Tại đây có hơn 50.000 nhà sản xuất, 20.000 shopping mall và 30.000 cửa hàng thời trang với giá cả rất phải chăng.

Chợ Dongdaemoon được thành lập năm 1905 và là một trong những khu thương mại lớn ở Hàn Quốc. Với diện tích khá rộng nhưng vì được qui hoạch và quản lý tốt nên mọi hoạt động của chợ diễn ra hết sức trật tự, ngăn nắp. Chợ luôn đông người, ồn ào nhưng lúc nào đến chợ, người ta cũng có cảm giác bình dị, thân quen. Chợ có hơn 20 khu mua sắm, đầy đủ các mặt hàng thời trang với giá cả vừa phải, hấp dẫn. Tại đây có một lực lượng các nhà thiết kế trẻ hùng hậu, tài năng và bất cứ lúc nào cũng có thể sẵn sàng cho ra những mẫu thiết kế mới nhất, hiện đại nhất đáp ứng mọi nhu cầu của giới trẻ…

Đến Dongdaemun, du khách có thể mua được mọi thứ, vì nơi đây bày bán đủ các loại mặt hàng: từ quần áo, dày dép, vải vóc, đồ trang sức, đồ chơi, đồ điện tử, đồ gia dụng··· Chất lượng các mặt hàng cũng đa dạng từ loại bình dân tới cao cấp··· Chợ Dongdaemoon được chia thành 2 khu: khu vực 1 ở cùng phía với tòa tháp Doosan, còn khu vực 2 ở cùng phía với sân vận động. Khu vực 1 vừa bán buôn vừa bán lẻ, phục vụ cả khách du lịch. Giờ mở cửa rất linh hoạt, từ 10 giờ sáng hôm nay đến 5 giờ sáng hôm sau, phục vụ tối đa nhu cầu mua sắm của du khách. Với không gian rộng rãi, với những giai điệu âm nhạc trẻ trung mở cả ngày, hàng hóa của khu vực 1 luôn thu hút nhiều người tới mua sắm nhất là giới trẻ. Trong khi đó, khu 2 là nơi tập trung các trung tâm thương mại và chủ yếu bán buôn. Đó là lý do vì sao khu vực này thường mở cửa vào khoảng từ 8 giờ tối hôm nay và đóng cửa vào 8 giờ sáng hoặc 5 giờ chiều hôm sau để thuận tiện cho các lái buôn. Giờ cao điểm của khu vực này khoảng từ nửa đêm cho đến sáng sớm···

Khi đã tham quan và mua sắm được món đồ ưng ý, bạn có thể ghé khu vực bán các loại đồ ăn, đồ uống liền kề khu thời trang. Tại đây, bạn có thể thưởng thức nhiều món ăn ngon, truyền thống của Hàn Quốc···

Phỏng theo *Tạp chí Du lịch*

TỪ VỰNG 3 (어휘 3)

vì (rằng, là)	... 때문에	**kinh đô**	(京都) 수도
giá cả	가격	**thời trang**	(時裝) 유행
phải chăng, vừa phải	적당한, 이유있는	**thành lập**	(成立) 설립하다
diện tích	(面積) 면적	**qui hoạch**	(規劃) 계획하다
diễn ra	진행되다	**trật tự**	(秩序) 순서
ngăn nắp	잘 정돈된, 단정한	**cảm giác**	(感覺) 감각, 느낌
bình dị	(平易) 평범한	**thân quen**	친근하다
hàng hóa	상품	**mặt hàng**	품목, 물건
hấp dẫn	(吸引) 매력있는	**lực lượng**	(力量) 역량
hùng hậu	(雄厚) 강력한	**sẵn sàng**	준비된
cho ra	나오게 하다	**đáp ứng**	(答應) 응답하다
bình dân	(平民) 대중의	**cao cấp**	(高級) 고급
chia (thành)	나누다	**cùng phía**	같은 방향
tòa tháp	타워	**sân vận động**	(運動) 운동장
bán buôn (bán sỉ)	도매로 팔다	**bán lẻ**	소매로 팔다
linh hoạt	유연한	**giai điệu**	멜로디
thu hút	사로잡다, 이끌다	**thuận tiện**	(順便) 편리한
lái buôn	상인	**ưng ý**	(應意) 만족한
liền kề	인접한	**ghé**	잠시 들르다

II. Dựa vào nội dung bài đọc, xác đinh thông tin đúng / sai

1. Chợ Dongdaemoon là một trong những khu chợ truyền thống lớn ở Hàn Quốc.
2. Chợ Dongdaemoon được thành lập vào những năm đầu thế kỷ trước.
3. Du khách có thể mua được mọi thứ ở chợ Dongdaemoon.
4. Chất lượng các loại hàng hóa ở chợ Dongdaemoon rất đa dạng từ bình dân cho tới loại cao cấp.
5. Chợ Dongdaemoon khá rộng, luôn ồn ào và đông đúc nhưng mọi hoạt động của chợ lại rất trật tự và ngăn nắp.
6. Không khí của chợ Dongdaemoon luôn mang dến cho người Hàn Quốc một cảm giác bình dị, thân quen.
7. Chợ Dongdaemoon gồm hai khu vực và thời gian hoạt động của mỗi khu cũng khác nhau.
8. Giờ cao điểm của khu vực 1 là khoảng thời gian từ nửa đêm cho đến sáng sớm.

III. Trả lời câu hỏi bằng cách lựa chọn đáp án đúng

1. Chợ Dongdaemoon được thành lập ________.

① vào những năm cuối thế kỷ trước

② vào những năm đầu thế kỷ này

③ vào những năm đầu thế kỷ trước

2. Chợ Dongdaemoon là ________ lớn nhất ở Hàn Quốc.

① một trong những chợ truyền thống

② một trong những một trung tâm thương mại

③ trung tâm thương mại

3. Người ta thường coi Seoul như là (cái) gì?

① Như là một kinh đô thời trang của châu Âu.

② Như là một kinh đô thời trang của châu Á.

③ Như là một kinh đô mua sắm của châu Á.

4. Em hiểu "bán buôn" là thế nào?

① Bán cho người kinh doanh, người buôn bán.

② Bán với số lượng lớn, nhiều.

③ Cả hai đáp án trên

5. Em hiểu "bán lẻ" là bán như thế nào?

① Bán cho người tiêu dùng, người sử dụng.

② Bán với số lượng ít, từng sản phẩm một.

③ Cả hai đáp án ① và ②

6. Dù ồn ào, đông đúc, nhưng mỗi khi đến chợ Dongdaemoon, người Hàn có những cảm giác gì?

① mất trật tự, khó chịu

② đơn giản, thân quen

③ thân quen, bình dị

IV. Nói theo chủ đề khoảng 250 - 300 từ (chuẩn bị ở nhà)

1. Hãy giới thiệu về một trung tâm mua sắm ở Seoul.
2. Hãy nói về những ưu thế và hạn chế khi mua sắm ở chợ truyền thống.

Bản ghi nhớ

Bài 05

ĂN UỐNG – NHÀ HÀNG

Xin chào quý khách! Mời quý khách vào ạ!

NHỮNG CÂU CẦN NHỚ

A

Xin chào quý khách! Mời quí khách vào ạ!

Quý khách đã đặt bàn chưa ạ?

Tên (Quý danh) của quý khách là gì ạ?

Quý khách có mấy người ạ?

Mời quý khách đi theo tôi.

Mời các anh, các chị vào ạ.

Các anh, chị đã đặt bàn chưa ạ?

Các ông, các bà có mấy người ạ?

Chúng tôi có 5 người.

B

Cho một bàn 5 người···

Vâng, có ngay···

Chúng tôi ngồi ở bàn này (ở đây, ở kia) được không?

Dạ vâng, được ạ.

Mời quý khách ngồi đây ạ!

Mời các ông các bà ngồi đây (bàn này) ạ.

Quý khách gọi món chưa ạ?

Quý khách dùng gì ạ?

Quý khách muốn dùng đồ uống gì ạ?

Các anh, chị dùng gì ạ?

Các anh, chị ăn (uống) gì ạ?

Các chị đã gọi đồ ăn (đồ uống) chưa ạ?

Các anh uống gì ạ? Bia hay rượu?

Cho xem thực đơn···.

Cho chúng tôi xem thực đơn.

Thực đơn đây ạ!

Mời anh, chị xem thực đơn!

Chúc quý khách ngon miệng!

C

Chị ơi, xin tính tiền!

Chị ơi, xin thanh toán.

Cho tôi xem hóa đơn.

Tất cả bao nhiêu (tiền) chị?

Trả bằng tiền mặt hay bằng thẻ?

Hóa đơn đây ạ!

Thanh toán ở bên này ạ!

Cho tôi xin hóa đơn nhé!

Quý khách (ăn) có ngon miệng không ạ?

Xin cảm ơn quý khách!
Xin chào tạm biệt và hẹn gặp lại!

TỪ VỰNG 1 (어휘 1)

quý khách	(貴客) 귀한 손님	đặt bàn	테이블을 예약하다
quý danh	(貴名) 존함	đi theo	따라가다
cho một bàn	자리 하나 주세요	có ngay	바로 나오다
gọi món	음식을 주문하다	dùng gì?	뭐 드시겠어요?
đồ ăn	음식	đồ uống	음료수
thực đơn	메뉴	chúc	(祝) 기원하다
ngon miệng	맛있는	tính tiền	계산하다
thanh toán	(清算) 계산하다, 결제하다	hóa đơn	영수증
tiền mặt	현금	thẻ	카드

HỘI THOẠI

A

Trong quán giải khát

Chủ quán: Các anh chị dùng gì ạ?

Kim: (Hỏi Park và Lee) Mình uống nước cam vắt, các cậu uống gì?

Park: Mình cũng uống cam vắt nhưng không đường.

Lee: Mình không thích nước cam. Mình uống cà phê···.

Kim: Cà phê gì..., đen, sữa, đá hay nóng?

Lee: Mình uống cà phê đen đá, không đường.

Kim: (Nói với chủ quán) Bác cho hai cam vắt, một có đường, một không đường và một cà phê đen, đá, không đường ạ.

Chủ quán: Có ngay!

Kim: Chị ơi, xin tính tiền!

Chủ quán: Hai cam vắt 80 nghìn, một cà phê 20 ngàn, tất cả hết 100 nghìn.

Kim: Vâng, xin gửi tiền chị···

B

Nhân viên:	Mời các anh, chị vào···
	Mời các anh, chị ngồi đây ạ···
Nam:	Chị cho (chúng tôi) xem thực đơn!
Nhân viên:	Dạ. Thực đơn đây! Các anh, chị dùng gì ạ?
Nam:	Cho chúng tôi 3 phở bò.
Nhân viên:	Các anh, chị ăn phở bò gì ạ?
Nam:	(Hỏi các bạn···). Chị cho chúng tôi một bát (phở) bò tái, một bát (phở bò) chín và một bát (phở bò) tái chín.
Nhân viên:	Các anh ăn bát (phở) to hay (bát phở) vừa ạ?
Nam:	Chị cho 3 bát (phở) to đi!
Nhân viên:	Dạ vâng. Các anh có dùng đồ uống gì không ạ?
Nam:	Chị cho 3 (chai) bia Hà Nội.
Nhân viên:	Các anh, chị có dùng với đá không ạ?
Nam:	Nhà hàng không có bia lạnh hở chị?
Nhân viên:	Dạ, có ạ.
Nam:	Vậy, không cần đá đâu chị.
Nhân viên:	Các anh, chị dùng thêm gì nữa không?
Nam:	Không, cám ơn. À, chị cho 3 cái cốc uống bia, chị nhé!
Nhân viên:	Vâng, các anh, chị chờ cho một lát!

TỪ VỰNG 2 (어휘 2)

quán	(館) 가게	**giải khát**	(解渴) 갈증을 해소하다
mời	초대하다	**mời ··· vào**	어서 오세요, 들어오세요
mời··· ngồi	앉으세요	**phở bò**	소고기 쌀국수
(thịt bò) tái	반쯤 익힌 (소고기)	**(thịt bò) chín**	완전히 익힌 (소고기)
đá	얼음	**bia lạnh**	차가운 맥주
dùng thêm	더 먹다	**gì nữa?**	더 뭐요?

LUYỆN NÓI

I. Đọc và hiểu tên các món ăn trong thực đơn dưới đây

THỰC ĐƠN

ĐỒ UỐNG

Bia
1. Bia Hà Nội
2. Bia Sài Gòn
3. Bia Tiger
4. Bia Heneken

Nước ngọt
1. Coca
2. Seven up
3. Fanta

Hoa quả - sữa
1. Cam vắt không đường
2. Nước chanh tươi
3. Nước chanh leo
4. Sinh tố xoài – bơ - dưa hấu
5. Sữa chua – sữa tươi

Cà phê - trà
1. Cà phê đen nóng - đá
2. Cà phê sữa nóng - đá
3. Cà phê hạt nóng - đá
4. Trà Dilmah nóng - đá
5. Trà Lipton nóng - đá

Phở - cháo – bánh mì
1. Phở bò tái – phở bò chín
2. Phở xào
3. Cháo gà – cháo cá
4. Bánh mì thịt – bánh mì trứng

ĐỒ ĂN

Súp
1. Súp cua
2. Súp gà
3. Súp thập cẩm
4. Súp hải sản

Salat
1. Salat rau
2. Salat dưa chuột- cà chua
3. Salat Nga

Món chính
1. Nem rán – nem cuốn
2. Thịt gà rán – luộc
3. Trứng rán
4. Đậu phụ sốt cà chua
5. Thịt lợn kho – luộc

Rau
1. Rau muống xào – luộc
2. Canh thịt – rau cải
3. Canh cá chua

II. Nhìn thực đơn và tập nói

1. Bạn đã dùng loại đồ uống, đồ ăn nào có trong thực đơn trên?

2. Loại đồ uống, đồ ăn nào bạn thích nhất? Vì sao?

3. Loại đồ uống, đồ ăn nào bạn không thích? Vì sao?

4. Bạn biết làm những loại đồ uống, đồ ăn nào có trong thực đơn trên?

5. Loại đồ uống, đồ ăn nào trong thực đơn trên cũng có ở Hàn Quốc?

6. Trong bữa ăn hàng ngày, gia đình bạn thường dùng những loại đồ uống nào?

7. Bạn có thể bổ sung thêm những đồ uống, đồ ăn mà bạn đã biết?

II. Nói theo ngữ cảnh

1. Khi đến (tới) trước một quán ăn hay quán giải khát, các em thường nghe nhân viên nói những câu gì?

2. Khi vào trong một quán ăn hay quán giải khát, các em thường nghe nhân viên nói những câu gì?

3. Khi gọi đồ ăn, đồ uống em nói thế nào?

4. Khi em muốn gọi thêm 1 chai bia, em nói thế nào?

5. Khi em muốn thêm đá vào đồ uống, em nói thế nào?

____

6. Khi muốn trả tiền cho chủ quán, em nói thế nào?

____

III. Hoàn thiện hội thoại sau bằng cách điền từ ngữ vào chỗ trống

A: Mina, em nói ______ những ngoại ngữ ______?

B: Em nói ______ tiếng Nhật, tiếng Anh và ______ tiếng Việt ______.

A: Nghe nói ______ Hàn học ______ Nhật nhanh lắm ______?

B: Vâng. Vì tiếng Hàn có nhiều ______ gần giống ______ tiếng Nhật nên ______ hơn tiếng Việt.

A: Thế tiếng Anh của em ______?

B: Em nói cũng ______. Tiếng Nhật của em tốt nhất. ______ dù sao thì tiếng Anh em học nhanh ______ tiếng Việt.

IV. Sắp xếp các câu sau thành hội thoại hoàn chỉnh

Mời bạn tới dự sinh nhật

- Thứ 7 tới là sinh nhật của mình, mời Helen đến dự nhé!
- Có đông người dự không?
- Ồ, hay quá! Hôm nay là thứ tư, chỉ còn ba ngày nữa thôi. Hà định tổ chức sinh nhật vào buổi nào?
- Buổi tối, 19 giờ
- Không đông lắm. Mình chỉ mời bạn thân thôi. Nhớ đến nhé!
- Ồ, được. Thế càng vui!
- Rồi, nhất định mình sẽ đến! Này, có kèm thêm bạn được không?

A:

B:

A:

B:

A:

B:

A:

ĐỌC - HIỂU

I. Đọc hiểu bài đọc sau

PHỞ

Đoạn 1

Phở là một món ăn phổ biến ở Việt Nam. Tuy nhiên, phở có từ bao giờ? Cho đến nay vẫn chưa có câu trả lời rõ ràng, chính xác. Một số người cho rằng, phở có nguồn gốc từ **Nam Định** và **Hà Nội** chỉ là nơi làm cho phở trở nên nổi tiếng. Một số người khác lại cho phở có nguồn gốc từ món thịt hầm của Pháp "pot-au-feu" (đọc là "pô tô phơ") vào những năm đầu thế kỷ XX ở Hà Nội. Gần đây, người ta lại cho rằng, phở khá giống món **vằn thắn (hay hoành thánh)** của Trung Hoa vì cả hai đều sử dụng gạo làm bánh phở và các loại gia vị···v.v.

Đoạn 2

Phở thuộc loại món ăn nhiều nước. Thành phần chính của phở gồm: **bánh phở** (được làm từ gạo, màu trắng và mềm); **nước phở** (được nấu từ xương lợn, xương bò,··· cùng một số gia vị đặc biệt); **thịt** (thịt bò, thịt gà, không bao giờ là thịt lợn, thịt trâu hay thịt vịt) và **hành lá** cùng **vài loại rau thơm** khác. Nước phở được nấu từ 10 đến 12 tiếng. Bánh phở được cắt thành sợi nhỏ, dài. Thịt bò hoặc thịt gà được thái mỏng. Phở thịt gà gọi là phở gà. Phở thịt bò gọi là phở bò. Phở bò có nhiều loại: phở bò chín (thịt bò luộc chín), phở bò tái (thịt bò luộc gần chín)...v.v. Còn hành lá, rau thơm khác được cắt nhỏ cùng một số loại gia vị như: tương, tiêu, chanh, nước mắm, ớt...v.v.

Đoạn 3

Để làm một bát phở, đầu tiên người ta cho bánh phở vào một cái bát to, sau đó cho thịt lên trên, rồi cho hành lá, rau thơm và cuối cùng chan nước phở đầy bát. Nước phở là nguyên liệu quan trọng nhất. Nó quyết định chất lượng của bát phở ngon hay không ngon. Ở Hà Nội có hàng nghìn quán phở, nhưng mỗi quán đều có một cách chế biến nước phở riêng, đôi khi công thức pha chế đã trở thành bí mật gia truyền··· Người Việt thường ăn phở cùng với quẩy.

Đoạn 4

Ở Việt Nam, phở nổi tiếng nhất là phở Hà Nội. Nhiều người Việt coi phở như là một trong những món ăn đặc trưng nhất cho **ẩm thực Việt Nam**.

Phỏng theo "*Món ngon Việt Nam*"

TỪ VỰNG 3 (어휘 3)

phổ biến	(普遍) 보편적인	**tuy nhiên**	그러나
chính xác	(正確) 정확한	**nguồn gốc**	원산지, 근원
món	음식	**thịt hầm**	삶은 고기
cho (rằng, là)	...라고 여기다, 생각하다	**thế kỷ**	(世紀) 세기
cả hai	둘 다	**sử dụng**	(使用) 사용하다
gạo	쌀	**bánh phở**	쌀로 만든 국수
nước phở	쌀국수 국물	**gia vị**	(加味) 양념
thuộc	(屬) 속하다	**thành phần**	(成分) 성분
xương (lợn, bò)	(돼지, 소) 뼈	**thịt**	고기
hành (lá, củ)	파, 양파	**rau thơm**	고수
nấu	요리하다	**cắt (nhỏ)**	(작게) 자르다
thái (mỏng)	(얇게) 썰다	**sợi (nhỏ)**	(작은) 가락
luộc	삶다	**phở bò chín**	완전히 익은 소고기 쌀국수
phở bò tái	반쯤 익힌 소고기 쌀국수	**tương**	(醬) 장
tiêu	후추	**chanh**	레몬
ớt	고추	**nước mắm**	느억맘 소스
bát (phở)	그릇 (쌀국수)	**chan**	(물 등을) 붓다
nguyên liệu	(原料) 재료, 원료	**chất lượng**	(質量) 품질
quán phở	쌀국수 가게	**chế biến**	(製變) 가공하다, 요리하다
công thức	(公式) 공식	**pha chế**	준비하다, 만들다
bí mật	(秘密) 비밀	**gia truyền**	(家傳) 세습의, 대대로
quẩy	꽈배기	**đặc trưng**	(特徵) 특징, 특성
ẩm thực	(飮食) 음식		

II. Đọc, hiểu các câu dưới đây, cho biết chúng thuộc đoạn văn nào trong bài đọc

1. Ở Việt Nam, phở nổi tiếng nhất là phở Hà Nội.
2. Nước phở là nguyên liệu chính quyết định chất lượng của bát phở.
3. Cho đến nay vẫn chưa có câu trả lời rõ ràng về nguồn gốc của phở.
4. Phở gồm 4 loại thành phần chính.
5. Phở thuộc loại món ăn nhiều nước.
6. Phở là một món ăn phổ biến ở Việt Nam.

III. Dựa vào nội dung bài đọc, xác đinh thông tin đúng / sai

1. Phở Việt Nam có nguồn gốc từ Nam Định.
2. Bánh phở, nước phở, thịt, hành lá, rau thơm là những thành phần chính của phở.
3. Người ta có thể sử dụng tất cả các loại thịt để làm phở.
4. Mỗi quán phở đều có cách chế biến nước phở riêng.
5. Ở Việt Nam, phở nổi tiếng nhất là phở Hà Nội.
6. Người Việt nào cũng cho phở là món đặc trưng nhất của ẩm thực Việt Nam.

IV. Trả lời câu hỏi bằng cách lựa chọn đáp án đúng

1. Phở có nguồn gốc từ đâu?

① từ món vằn thắn của Trung Hoa

② từ Nam Định

③ từ món thịt hầm của Pháp

④ hiện nay vẫn chưa rõ nguồn gốc

2. Phở thuộc loại món ăn như thế nào?

① món ăn khô

② món ăn ướt

③ món ăn có nhiều nước

④ món ăn chay

3. Thành phần chính của phở gồm những thành phần nào?

① bánh phở và nước phở

② thịt, hành lá và vài loại rau thơm

③ bánh phở, nước phở và thịt bò

④ đáp án ① và ②

4. Thành phần quyết định chất lượng của một bát phở là thành phần nào?

① bánh phở

② nước phở

③ thịt

④ hành lá và rau thơm

5. Để làm một bát phở thường phải qua mấy bước?

① hai bước

② ba bước

③ bốn bước

④ năm bước

6. Nội dung chính của đoạn 2 nói về gì?

① nói về các bước làm một bát phở.

② nói về cách chế biến nước phở.

③ nói về các thành phần chính của một bát phở.

④ nói về nguồn gốc của phở Hà Nội.

V. Nói theo chủ đề (chuẩn bị ở nhà)

1. Hãy nói về một món ăn truyền thống của Hàn Quốc. (250-300 từ)
2. Hãy nói về một món ăn mà em thích nhất. (250-300 từ)

Bản ghi nhớ

Bài 06

SỨC KHỎE – BỆNH VIỆN
Có sức khỏe thì mới có hạnh phúc!

NHỮNG CÂU CẦN NHỚ

A

Lấy số khám bệnh ở đâu ạ?
Bà có bảo hiểm y tế không?
Thẻ bảo hiểm y tế của chị đâu?
Cho tôi xem thẻ bảo hiểm tế của ông.
Anh khám bảo hiểm hay khám tự nguyện?
Ông bị làm sao?
Cháu bị đau ở đâu?
Bà đã dùng những thuốc gì?
Ông đã dùng thuốc gì chưa?
Ông nhớ uống thuốc theo đúng chỉ dẫn của bác sĩ nhé.

B

Ai cũng đã từng bị ốm.

Người dân nào cũng phải có bảo hiểm y tế.

Bà dùng thuốc này, thế nào cũng đỡ.

Năm nào bố mẹ tôi cũng đi khám sức khỏe tổng quát một lần.

Thẻ bảo hiểm y tế này dùng ở bệnh viện nào cũng được.

Bệnh này không thuốc nào chữa được.

Bệnh này là bệnh nan y.

Không ai muốn bị ốm cả.

C

Nếu có bảo hiểm y tế thì bà được miễn phí dịch vụ y tế này.

Ông có đơn thuốc của bác sĩ thì nhà thuốc chúng tôi mới bán thuốc này cho ông.

Thuốc này đắng lắm, bà có thể dùng với mật ong cho đỡ đắng.

Sau khi uống thuốc này, tôi đã đỡ nhiều nhưng chưa khỏi hẳn, tôi vẫn còn hơi đau.

Trời đã đỡ nóng nên mọi người đều cảm thấy đỡ mệt.

TỪ VỰNG 1 (어휘 1)

lấy số	번호표를 받다	**khám bệnh**	진찰하다
đằng kia	저쪽	**bảo hiểm y tế**	의료보험
thẻ	카드	**cho tôi xem…**	나에게 ...을 보여 주세요
khám bảo hiểm	보험으로 진찰받다	**khám tự nguyện**	자비로 진찰받다
uống thuốc	약을 먹다	**theo**	...에 따라서
chỉ dẫn	(指引) 안내하다	**đã từng**	...한 적이 있다
thế nào cũng	어떻게든 ...하다	**đỡ**	(병 등이) 낫다
khám sức khỏe tổng quát	종합검진	**chữa (bệnh)**	(병) 고치다
miễn phí	(免費) 무료	**dịch vụ**	서비스
đơn thuốc	처방전	**nhà thuốc = hiệu thuốc**	약국
đắng	쓰다	**mật ong**	꿀
khỏi	회복되다	**khỏi hẳn**	완치되다

HỘI THOẠI

A

Bà An: Cô ơi, lấy số khám bệnh ở đâu?

Nhân viên 1: Bà khám bảo hiểm hay khám tự nguyện ạ?

Bà An: Tôi khám bảo hiểm

Nhân viên 1: Thế thì bà lấy số ở kia rồi ra ghế ngồi đợi,

(Bà An lấy được số 12 rồi ngồi đợi. Tiếng thông báo trên loa: ***xin mời bệnh nhân số 12, đến cửa số 3****. Bà An đi đến cửa số 3)*

Bà An: Tôi là số 12 đây.

Nhân viên 2: Thẻ bảo hiểm y tế của bà đâu ạ?

Bà An: Đây, cô!

Nhân viên 2: Bà khám gì ạ?

Bà An: Tôi bị sốt và đau đầu.

Nhân viên 2: Bà cầm số và giấy này lên tầng 2, phòng khám số 4 nhé.

Bà An: Vâng, cám ơn cô.

B

Bác sĩ:	Bà bị làm sao?
Bà An:	Hai hôm nay không hiểu sao, tôi đau đầu quá, còn hắt hơi, sổ mũi nữa!
Bác sĩ:	Bà có bị sốt không? Có đau họng không?
Bà An:	Có sốt, nhưng không cao lắm, khoảng 38 độ rưỡi. Họng đau, người tôi cũng đau, mỏi.
Bác sĩ:	Bà đã dùng thuốc gì chưa?
Bà An:	Tôi có dùng thuốc cảm ạ, nhưng không thấy đỡ.
Bác sĩ:	(*sau khi đo huyết áp và nghe tim, phổi bà An*). Bà cầm đơn thuốc này, mua thuốc và uống thuốc theo chỉ dẫn trong đơn. Ba ngày sau, mời bà đến khám lại nhé.
Bà An:	Vâng, cám ơn bác sĩ.

C

Ông Khánh: Chào anh,

Dược sĩ: Chào bác, bác cần mua thuốc gì ạ?

Ông Khánh: Đây, tôi cần mua loại thuốc này, tiếng Tây, khó đọc lắm!

Dược sĩ: Cháu xem nào, …à, đây là một loại thuốc kháng sinh. Ở đây có loại thuốc này. Thế, đơn thuốc của bác đâu?

Ông Khánh: Tôi không có đơn thuốc.

Dược sĩ: Thế thì cháu không bán được. Bác phải có đơn của bác sĩ thì cháu mới bán thuốc kháng sinh cho bác được.

Ông Khánh: Thế à, tôi tưởng mua thuốc thì chỉ cần tiền thôi chứ?

Dược sĩ: Các loại vitamin hay thuốc cảm cúm, giảm đau thông thường không có đơn cũng mua được còn thuốc kháng sinh thì phải có đơn. Làm như thế cũng là đảm bảo an toàn cho mọi người đấy ạ!

TỪ VỰNG 2 (어휘 2)

tiếng thông báo	(通報) 알림 소리	trên loa	스피커에서
phòng khám	진찰실	hắt hơi	재채기하다
sổ mũi	콧물이 나다	sốt	열이 나다
đau đầu	두통	đau họng	목이 아프다
đau người	몸이 아프다	mỏi	지친
đo huyết áp	(血壓) 혈압을 재다	khám lại	다시 진찰받다
chỉ dẫn	(指引) 안내하다	loại	(類) 종류
dược sĩ	(藥士) 약사	thuốc giảm đau	진통제
thuốc cảm	감기약	tưởng	(想) 생각하다
thuốc cảm cúm	감기약	vitamin	비타민
thuốc kháng sinh	(抗生) 항생제	đảm bảo	(擔保) 보증하다
thế thì	그러면	mệt mỏi	피곤한
mất ngủ	잠이 안오다	giải trí	(解智) 레저, 여가
nước mật ong	꿀물	nôn	토하다
đau bụng	배가 아프다		

LUYỆN NÓI

I. Tập nói theo mẫu

Mẫu 1 **lấy số khám bệnh - khám bảo hiểm - ở bàn gần cửa ra vào**

Bệnh nhân: Chị ơi, lấy số khám bệnh ở đâu?

Nhân viên: Ông khám bảo hiểm hay khám tự nguyện?

Bệnh nhân: Tôi khám bảo hiểm.

Nhân viên: Thế thì ông lấy số ở bàn gần cửa ra vào, rồi ra ghế ngồi đợi.

Bệnh nhân: Xin cám ơn!

Tiếp tục:

1. lấy số khám bệnh - khám tự nguyện - ở bàn bên trái kia

Bệnh nhân:

Nhân viên:

Bệnh nhân:

Nhân viên:

Bệnh nhân:

2. lấy số khám bệnh - khám bảo hiểm quốc tế - ở bàn trước cửa phòng khám A

Ông Kim:

Nhân viên:

Ông Kim:

Nhân viên:

Ông Kim:

Mẫu 2 **đau đầu - sốt nhẹ - không ho - không đau họng - đã dùng thuốc đau đầu nhưng không đỡ - cầm đơn- mua thuốc - uống thuốc - sau 3 ngày khám lại**

Bác sĩ: Bà bị làm sao?

Bà An: Tôi bị đau đầu, và, sốt nhẹ nữa.

Bác sĩ: Bà có bị ho, bị đau họng không?

Bà An: Không ạ.

Bác sĩ: Bà đã dùng thuốc gì chưa?

Bà An: Tôi đã dùng thuốc đau đầu, nhưng không thấy đỡ.

Bác sĩ: Bà cầm đơn này, mua thuốc và uống thuốc theo đúng chỉ dẫn trong đơn. 3 ngày sau bà đến khám lại nhé.

Tiếp tục với:

1. mất ngủ - mệt mỏi - không đau đầu - chưa dùng thuốc gì - cầm đơn thuốc - mua thuốc uống theo chỉ dẫn nên nghỉ ngơi, giải trí - 1 tuần sau khám lại

Bác sĩ:

Ông Hải:

Bác sĩ:

Ông Hải:

Bác sĩ:

Ông Hải:

Bác sĩ:

2. đau bụng - sốt nhẹ - không nôn - đã dùng nước mật ong nhưng không đỡ - cầm đơn mua thuốc và uống theo chỉ dẫn nếu không đỡ, một ngày sau đến khám lại

Bác sĩ:

Chị Hiền:

Bác sĩ:

Chị Hiền:

Bác sĩ:

Chị Hiền:

Bác sĩ:

Mẫu 3 **thuốc này - một ngày 2 lần - mỗi lần một viên trước khi ăn - nên ăn nhiều hoa quả, uống đủ nước**

Khách hàng: Thuốc này dùng thế nào ạ?

Dược sĩ: Mỗi ngày uống 2 lần, mỗi lần một viên.

Khách hàng: Uống trước hay sau bữa ăn ạ?

Dược sĩ: Uống trước khi ăn. Chị nên ăn thêm nhiều hoa quả, uống đủ nước.

Tiếp tục với:

1. thuốc màu xanh này - 1 ngày 1 viên - vào buổi tối sau khi ăn no - không nên ăn đồ ăn cay, nóng

Khách hàng:

Dược sĩ:

Khách hàng:

Dược sĩ:

2. thuốc này - 1 ngày 2 viên: 1 viên (buổi) sáng, 1 viên tối - sau ăn và phải uống liên tục trong 5 ngày

Khách hàng:

Dược sĩ:

Khách hàng:

Dược sĩ:

II. Sử dụng *"có…thì…mới…"* và *"từ để hỏi + cũng"* chuyển đổi các câu sau

Mẫu 1

- Bà chỉ có thể mua được thuốc này nếu bà có đơn của bác sĩ

→ - **Có** đơn của bác sĩ **thì** bà **mới** mua được thuốc này.

Tiếp tục với:

1. Nếu anh muốn biết anh bị làm sao thì anh phải đi khám bệnh.

2. Ông chỉ có thể khỏi bệnh nếu ông dùng thuốc theo đúng chỉ dẫn của bác sĩ.

3. Nếu bạn muốn giảm cân thì bạn phải tập thể dục và thay đổi chế độ ăn.

4. Nếu bạn muốn giỏi tiếng Việt thì bạn nên sang học ở Việt Nam.

5. Anh muốn biết chính xác tên chị ấy thì anh phải hỏi trực tiếp chị ấy.

6. Nếu ông ấy không kể ra thì chúng ta không bao giờ biết được bí mật của ông ấy.

Mẫu 1

- **Tất cả mọi** người **đều** muốn có sức khỏe tốt.

→ - **Ai cũng** muốn có sức khỏe tốt.

Tiếp tục:

1. Thẻ bảo hiểm y tế này có thể dùng được ở tất cả các bệnh viện.

2. Chị uống thuốc này và nghỉ ngơi đầy đủ thì chắc chắn chị sẽ đỡ mệt.

3. Bác sĩ ấy được tất cả bệnh nhận kính trọng và yêu quí.

4. Tất cả sinh viên ở đây đều muốn nói tiếng Việt giỏi.

5. Tất cả bàn ghế trong lớp này đều mới và tốt.

6. Chị đừng lo, anh ấy nhất định đến đúng giờ.

III. Đọc lại các hội thoại A, B, C hãy cho biết những thông tin nào đúng / sai?

1. Hội thoại A

- Bà An đi khám vì bị sốt và đau đầu.
- Bà sẽ khám tại phòng 12, tầng 2.
- Hội thoại A diễn ra tại nơi làm thủ tục khám bệnh.
- Bà An có bảo hiểm y tế.

2. Hội thoại B

- Hội thoại diễn ra ở nơi chờ khám bệnh.
- Bà An bị sốt cao, đau đầu và đau mỏi người.
- Bà An đã dùng thuốc cảm trước khi đi khám bệnh.
- Bác sĩ yêu cầu bà An đến khám lại sau 3 ngày.

3. Hội thoại C

- Hội thoại C diễn ra ở một hiệu thuốc.
- Ông Khánh đã đưa cho dược sĩ xem một đơn thuốc.
- Ông Khánh cần mua thuốc kháng sinh.
- Dược sĩ đã từ chối bán thuốc kháng sinh cho ông Khánh vì ông ấy không có đơn của bác sĩ.

IV. Điền các từ / nhóm từ thích hợp vào chỗ trống và chọn đáp án đúng

1. Ông phải uống thuốc theo đúng ______ của bác sĩ, một tuần sau ______ nhé.

① chỉ bảo, khám lại

② chỉ dẫn, lại khám

③ chỉ dẫn, khám lại

2. Nếu muốn mua thuốc ______ thì phải có ______ của bác sĩ.

① giảm đau, đơn

② vitamin đơn xin

③ kháng sinh, đơn

3. - Anh Kim đã ______ ốm chưa?
- Anh ấy ______ rồi nhưng chưa ______ hẳn.

① khỏi, đỡ, khỏi

② xong, tốt hơn, khỏi

③ hết, khỏe, hết

V. Tập nói theo ngữ cảnh

1. Quan sát kỹ thẻ bảo hiểm y tế dưới đây, mô tả những thông tin có trong đó

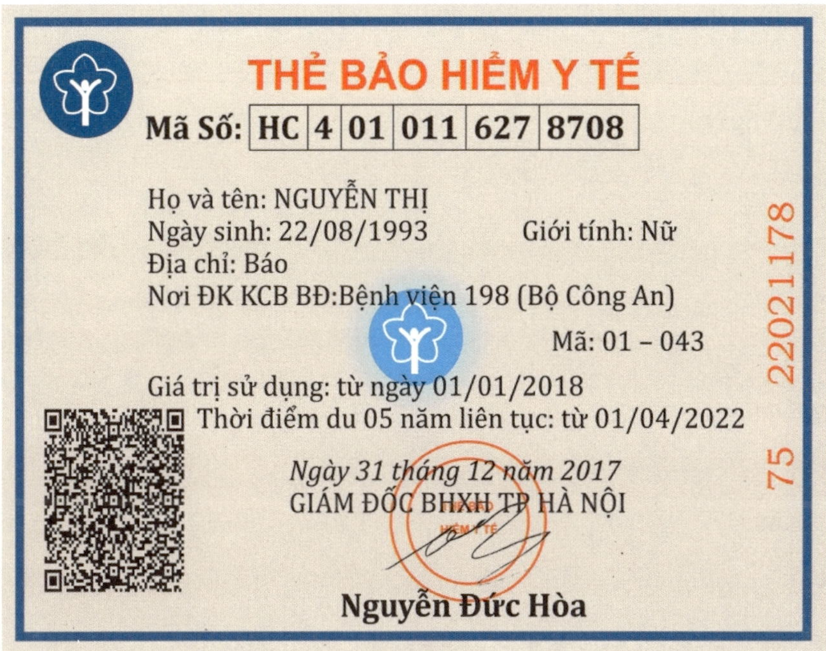

THẺ BẢO HIỂM Y TẾ

Mã Số: | HC | 4 | 01 | 011 | 627 | 8708 |

Họ và tên: NGUYỄN THỊ

Ngày sinh: 22/08/1993 Giới tính: Nữ

Địa chỉ: Báo

Nơi ĐK KCB BĐ:Bệnh viện 198 (Bộ Công An)

Mã: 01 – 043

Giá trị sử dụng: từ ngày 01/01/2018

Thời điểm du 05 năm liên tục: từ 01/04/2022

Ngày 31 tháng 12 năm 2017

GIÁM ĐỐC BHXH TP HÀ NỘI

Nguyễn Đức Hòa

75 22021178

- nơi ĐK KCB: nơi đăng kí khám chữa bệnh
- BHXH TP Hà Nội: Bảo hiểm Xã hội thành phố Hà Nội

2. Đọc- hiểu tình huống dưới đây rồi lập hội thoại giữa bác sĩ và ông Kim

Ông Kim bị ho, sốt nhẹ và đau đầu. Từ tối hôm qua ông còn bị hắt hơi và sổ mũi. Ông Kim đã dùng thuốc cảm nhưng không đỡ. Bác sĩ khám và cho ông đơn thuốc, yêu cầu ông mua thuốc, uống thuốc theo chỉ dẫn trong đơn và đến khám lại sau 3 ngày.

Bác sĩ:

Ông Kim:

Bác sĩ:

Ông Kim:

Bác sĩ:

Ông Kim:

Bác sĩ:

Ông Kim:

ĐỌC - HIỂU

I. Đọc các đoạn văn sau

Đoạn 1

Tháng 5/2019, Việt Nam đã có 84,5 triệu người dân có thẻ bảo hiểm y tế, tỷ lệ bao phủ 89%. Mục tiêu năm 2025 có trên 95% dân số có bảo hiểm y tế. Tham gia bảo hiểm y tế là cách tốt nhất để cộng đồng chia sẻ rủi ro khi ốm đau, bệnh tật.

Đoạn 2

Chương trình Sức khỏe Việt Nam được Chính phủ Việt Nam phê duyệt vào ngày 2-9-2018. Chương trình đề ra các nhiệm vụ và giải pháp để tập trung thực hiện 11 ưu tiên trong lĩnh vực sức khỏe, như: dinh dưỡng hợp lý; vận động thể lực; chăm sóc sức khỏe trẻ em, học sinh; phòng chống tác hại của thuốc lá, rượu, bia; vệ sinh môi trường; an toàn thực phẩm và một số lĩnh vực khác. Hiện nay, Việt Nam đang phải đối mặt với nhiều thách thức trong việc cải thiện sức khỏe cua người dân. Chất lượng cuộc sống của người dân còn hạn chế do bệnh tật, tầm vóc, thể lực của người Việt Nam còn phát triển chậm. Bên cạnh đó những vấn đề như ô nhiễm môi trường, biến đổi khí hậu, già hóa dân số cũng gây ảnh hưởng nghiêm trọng đến sức khỏe···

Chương trình đặt nhiều mục tiêu cụ thể, một là giảm tỷ lệ trẻ em dưới 5 tuổi bị suy dinh dưỡng, thấp còi xuống dưới 20% vào năm 2025 và dưới 15% vào năm 2030 hai là tăng chiều cao trung bình của thanh niên nam lên mức 167 cm vào năm 2025 và 168,5 cm vào năm 2030, thanh niên nữ lên nhiệm vụ mức 156 cm vào năm 2025 và 157,5 cm vào năm 2030 và ba là giảm tỷ lệ hút thuốc ở nam giới trưởng thành xuống 37% vào năm 2025 và 32,5% vào năm 2030.

(Phỏng theo báo *Hà Nội Mới*)

TỪ VỰNG 3 (어휘 3)

bao phủ	싸여있다, 뒤덮다	**mục tiêu**	(目標) 목표
cộng đồng	(共同) 공동	**rủi ro**	불운한
ốm đau	병든	**bệnh tật**	질병
phê duyệt	비준하다	**đề ra**	제시하다
nhiệm vụ	(任務) 임무, 업무	**giải pháp**	(解法) 해법
ưu tiên	(優先) 우선의	**lĩnh vực**	(領域) 영역, 분야
dinh dưỡng	(營養) 영양	**vận động**	(運動) 운동
thể lực	(體力) 체력	**tầm vóc**	신체 / 몸매
thách thức	도전	**cải thiện**	(改善) 개선하다
biến đổi khí hậu	(氣候) 기후 변화	**già hóa dân số**	인구 고령화
suy dinh dưỡng	(營養) 영양실조	**thấp còi**	키가 작고 마른
cụ thể	(具體) 구체적인	**trưởng thành**	(長成) 성장하다

II. Dựa vào nội dung các bài đọc hiểu xác định thông tin đúng / sai

1. Cho đến tháng 5/2019, ở Việt Nam cứ 100 người thì có 89 người có bảo hiểm y tế.
2. Vào năm 2025, chắc chắn sẽ có 95% người Việt Nam có bảo hiểm y tế.
3. Mua bảo hiểm y tế là cách tốt nhất để mọi người giúp đỡ lẫn nhau trả chi phí khi ốm đau, bệnh tật.
4. Trước năm 2018, Việt Nam không có chương trình Sức khỏe Việt Nam.
5. Một trong những vấn đề ảnh hưởng xấu đến sức khỏe mà người Việt Nam phải đối mặt là vệ sinh an toàn thực phẩm.
6. Hiện nay, chiều cao trung bình của nam Việt Nam vẫn thấp hơn 167cm.
7. Việt Nam có dân số rất trẻ.
8. Tỷ lệ hút thuốc là của người Việt hiên nay là dưới 37%.

III. Dựa vào bài đọc hiểu, trả lời những câu hỏi sau

1. Chương trình Sức khỏe Việt Nam đưa ra các nhiệm vụ và giải pháp để làm gì?

2. Hãy kể tên 5 trong số 11 ưu tiên trong lĩnh vực sức khỏe của chương trình Sức khỏe Việt Nam?

3. Hãy kể tên những nhân tố gây ảnh hưởng xấu đến sức khỏe người Việt Nam?

4. Hiện nay trẻ em suy dinh dưỡng, thấp còi ở Việt Nam vẫn còn cao hơn 20%, phải không? Vì sao bạn biết?

5. Một mét 56 cm là chiều cao kì vọng của giới nào, vào năm nào, ở Việt Nam?

IV. Tập nói tiếng Việt với các chủ đề sau (200-250 từ)

1. Hãy nói về hệ thống chăm sóc sức khỏe ở Hàn Quốc.
2. Hãy nói về một hình thức luyện tập sức khỏe của người Hàn mà em cho là tốt nhất.

Bản ghi nhớ

Bài 07

THÀNH PHỐ - NÔNG THÔN

Bạn thích sống ở thành phố hay nông thôn?

NHỮNG CÂU CẦN NHỚ

A

Bạn thấy cuộc sống ở thành phố thế nào?

Bạn có thích cuộc sống ở thôn quê không?

Bạn thích sống ở nông thôn hay ở thành phố?

Đa số người trẻ thích sống ở thành phố.

Vì sao thanh niên thích sống ở thành phố hơn?

Cuộc sống ở thành phố có những mặt tốt nào?

Những thuận lợi và bất lợi của cuộc sống ở thành phố là gì?

Sống ở thành phố có nhiều cơ hội hơn nhưng cũng có nhiều áp lực hơn.

B

Em thấy Seoul là một thành phố như thế nào?

Em có thích sống ở thủ đô Seoul không? Vì sao?

Ở Hàn Quốc, thành phố nào lớn nhất? Thành phố nào đông người nhất?

Ở Hàn Quốc có bao nhiêu phần trăm dân số sống ở thành phố?

Cư dân đô thị ở Hàn Quốc chiếm bao nhiêu % dân số?

Quá trình đô thị hóa ở Hàn Quốc đã diễn ra từ bao giờ?

Và thời kỳ nào diễn ra mạnh mẽ nhất?

Còn hiện nay diễn ra thế nào?

Thành phố đáng sống là thành phố như thế nào?

Thế nào là một thành phố đáng sống?

Thành phố này là một thành phố xanh - sạch - đẹp.

Thành phố này có nhiều cây xanh, môi trường trong lành, giao thông thuận tiện và cư dân thân thiện.

C

Ở thành phố, bạn có thể mua mọi thứ, miễn là có tiền.

Ở thành phố luôn ồn ào và náo nhiệt.

Còn ở nông thôn thường yên tĩnh và thanh bình.

Phương tiện giao thông ở thành phố vừa thuận tiện vừa hiện đại.

Giá cả sinh hoạt ở thành phố bao giờ cũng cao hơn ở nông thôn.

Cư dân thành phố phải trả nhiều chi phí hơn cư dân thôn quê.

Con người sống ở thành phố luôn bận rộn, ít có thời gian nghỉ ngơi.

TỪ VỰNG 1 (어휘 1)

thôn quê	농촌, 시골	**thanh niên**	(青年)청소년
dân số	(民數) 인구	**cư dân**	(居民) 거주민
đô thị	(都市) 도시	**đô thị hóa**	(都市化) 도시화
chiếm (%)	(占) 차지하다	**diễn ra**	진행되다
thời kỳ	(時期) 시기	**đáng (sống)**	...할만하다(살다)
môi trường	환경	**thuận tiện**	(順便) 편리한
thân thiện	(親善) 친절한	**…miễn là…**	...를 조건으로 하다
thanh bình	(清平) 평화로운	**náo nhiệt**	활발한
bận rộn	바쁜	**chi phí**	(支費) 비용
giá cả	가격		

HỘI THOẠI

A

Cô giáo: Hôm nay lớp chúng ta sẽ nói chuyện về chủ đề thành phố. Cho cô biết, một số từ về thành phố.

Sinh viên 1: Dạ, phố, ngõ, vỉa hè, công viên, quảng trường, đồ ăn đường phố.

Sinh viên 2: Dạ, bảo tàng, hiệu sách, rạp chiếu phim, nhà hát, tàu điện ngầm, trung tâm mua sắm,···

Sinh viên 3: Quán cà phê, giải khát, nhà hàng đặc sản, đủ các món ăn của mọi vùng, miền và từ nhiều nước trên thế giới, trường đại học, nhà chọc trời, chung cư, căn hộ···. ạ !

Cô giáo: Được rồi. Vậy, các em hãy cho biết vì sao các em thích thành phố?

Sinh viên 4: Dạ, vì thành phố đông, vui, nhanh, năng động, cởi mở, luôn có nhiều cái mới,.. Muốn mua gì cũng có, miễn là có tiền.

Sinh viên 5: Vì ở thành phố có nhiều cơ hội, lựa chọn công việc, ngành học, bạn bè, ···.

Sinh viên 6: Vì dễ có cơ hội gặp người nổi tiếng, người đẹp, người từ khắp nơi tới ··· Với lại, ở thành phố còn có nhiều chỗ, nhiều hình thức để giải trí khác nhau nữa···

Cô giáo: Thế còn những gì của thành phố mà các em không thích?

Sinh viên 7: Dạ, thành phố đã ồn ào, ô nhiễm, lại còn đắt đỏ.

Sinh viên 4: Quá bận, cạnh tranh và căng thẳng··· Với lại, người thành phố có vẻ không thân thiện lắm ạ.

B

Hòa: Quê của chị ở đâu?

Mai: Quê tôi ở Hà Giang nhưng tôi sinh ra ở Hà Nội.

Hòa: À, thế thì chị là người thành phố rồi. Nhiều người nói Hà Giang quê chị là nơi đẹp nhất ở Việt Nam. Chị có muốn sống ở quê không?

Mai: Không, hiện tại tôi thích sống và làm việc ở Hà Nội nhưng tôi rất yêu Hà Giang quê tôi.

Hòa: Thế, chị có mong Hà Giang được đô thị hóa không?

Mai: Ồ, không. Tôi muốn Hà Giang giữ được môi trường thiên nhiên xanh, sạch, đẹp. Khi nào về hưu, tôi sẽ về sống ở quê.

C

Ji-ho: Tốt nghiệp rồi cậu định xin việc ở thành phố hay về quê khởi nghiệp?

Seo-jun: Mình sẽ xin việc ở thành phố. Mình muốn được thử sức ở một công ty lớn. Hơn nữa, mình thích cuộc sống thành phố. Còn cậu?

Ji-ho: Chắc là mình sẽ về quê.

Seo-jun: Ồ, thế à? Cậu học giỏi thế, rất dễ kiếm việc tốt ở thành phố, sao lại về quê? Cậu không thích ở thành phố à?

Ji-ho: Không phải thế. Mình muốn về quê, cùng với bố mẹ mình làm trang trại, trồng và bán rau, quả sạch.

Seo-jun: Chắc là cậu đã có một kế hoạch kinh doanh?

Ji-ho: Phải rồi, mình dự định sẽ mở một cửa hàng ở thành phố để bán các sản phẩm của nông trại nhà mình.

Seo-jun: Ồ! Kế hoạch của cậu quá hay! Mình chúc cậu sớm thành công!

TỪ VỰNG 2 (어휘 2)

ngõ	골목	**vỉa hè**	보도
trung tâm mua sắm	쇼핑센터	**quảng trường**	(廣場) 광장
đặc sản	(特産) 특산물	**nhà chọc trời**	마천루
chung cư	아파트	**căn hộ**	호 (아파트 단위)
năng động	(能動) 능동적인, 적극적인	**với lại**	게다가
cởi mở	개방적이다	**khắp nơi**	도처에, 곳곳에
ô nhiễm	(汚染) 오염되다	**cạnh tranh**	(競爭) 경쟁하다
có vẻ	...처럼 보이다	**căng thẳng**	긴장하다
môi trường	환경	**thiên nhiên**	(天然) 자연, 천연
về hưu	퇴직하다	**khởi nghiệp**	창업하다
thử sức	도전하다	**trang trại**	농장
dự định	(豫定) 예정이다	**nông trại**	농장
trồng	심다	**sản phẩm**	(産品) 생산물, 상품

LUYỆN NÓI

I. Tập nói theo mẫu

Mẫu 1 **Việt thích sống ở thành phố vì ở thành phố có nhiều trường học tốt và dễ tìm việc.**

Nam: Anh thích sống ở thành phố hay ở nông thôn?

Việt: Tôi thích sống ở thành phố.

Nam: Vì sao anh thích sống ở thành phố?

Việt: Vì ở thành phố đã có nhiều trường học tốt lại dễ tìm việc làm.

Tiếp tục với:

1. Ji-a thích sống ở thành phố vì ở thành phố đông, vui và luôn có nhiều cái mới.

Ha-eun:

Ji-a:

Ha-eun:

Ji-a:

2. Thành không thích sống ở thành phố vì thành phố ồn ào, ô nhiễm và hay bị kẹt xe.

Kim:

Thành:

Kim:

Thành:

3. Joo-won rất thích sống ở thành phố vì ở thành phố có thể xem những bộ phim mới nhất và được dùng những công nghệ hiện đại nhất.

Hòa:

Joo-won:

Hòa:

Joo-won:

4. Ông Lâm thích sống ở nông thôn vì nông thôn yên tĩnh, rộng rãi và thoải mái.

Kim:

Thành:

Kim:

Thành:

II. Thay đổi cách diễn đạt theo mẫu

Mẫu 1

- Bài tập này khó quá nên sinh viên giỏi nhất cũng không làm được.

→ - Bài tập này khó **đến nỗi** ngay cả sinh viên giỏi nhất cũng không làm được.

Tiếp tục với:

1. Khu vực này rất an toàn nên phụ nữ cũng có thể đi một mình ở đây vào ban đêm.

2. Cuộc sống ở thành phố bận rộn và căng thẳng nên đôi khi những người dễ tính nhất cũng trở nên hay tức giận.

3. Công nghệ hiện đại thay đổi rất nhanh nên những người trẻ cũng phải thường xuyên cập nhật kiến thức.

Mẫu 2

- Ở thành phố này, chỉ cần có tiền, bạn có thể mua bất cứ cái gì.

→ - Ở thành phố này bạn có thể mua bất cứ cái gì **miễn là** có tiền.

Tiếp tục:

1. Chỉ cần được sống ở thành phố, tôi sẵn sàng nhận làm bất cứ công việc gì.

2. Bạn sẽ đạt được điều bạn muốn chỉ cần bạn cố gắng hết sức mình.

3. Bạn có thể hút thuốc lá khi bạn muốn chỉ cần bạn không hút ở những nơi cấm hút thuốc lá.

Mẫu 3

- Phố mà gia đình tôi sống yên tĩnh và sạch sẽ.

→ - Phố mà gia đình tôi sống **đã** yên tĩnh **lại** sạch sẽ.

Tiếp tục với:

1. Người trẻ thường thích sống ở thành phố vì ở thành phố vui và có nhiều cơ hội để thành công.

2. Thành phố này hấp dẫn khách du lịch vì nó vừa có những khu vực rất hiện đại vừa có những khu vực rất truyền thống, độc đáo.

3. Khu vực này không thích hợp với người già vì không những rất ít cây xanh mà còn rất xa bệnh viện.

III. Dựa vào các hội thoại, lựa chọn thông tin đúng

1. Nội dung chính của hội thoại A là ______.

① về những cái tốt của thành phố

② về những cái không tốt của thành phố

③ về thành phố

2. Theo hội thoại A, cuộc sống ở thành phố ______.

① vừa có cái tốt vừa có cái không tốt

② cái gì cũng tốt

③ cái gì cũng không tốt

3. Theo hội thoại B, ______.

① chị Mai là người thành phố

② chị Mai là người thành phố nhưng sinh ra ở nông thôn

③ chị Mai là người nông thôn

4. Theo hội thoại B, ______.

① chị Mai chỉ thích sống ở thành phố, ghét sống ở quê

② chị Mai không thích sống ở quê vì quê chị ấy chưa được đô thị hóa

③ tuy rất yêu quê nhưng hiện giờ chị Mai muốn sống và làm việc ở thành phố

5. Theo hội thoại C, ________________ .

① Ji-ho thích sống ở thành phố còn Seo-jun thì không

② Nếu muốn thì sau khi tốt nghiệp Ji-ho có thể xin được việc làm tốt ở thành phố

③ Bố mẹ của Seo-jun sống ở quê còn bố mẹ của Ji-ho sống ở thành phố

6. Theo hội thoại C, ________________ .

① Seo-jun định về quê rồi mở một công ty nhỏ.

② Seo-jun định mở một cửa hàng ở thành phố để bán rau, quả sạch từ nông trại của gia đình.

③ Ji-ho định cùng bố mẹ lập một nông trại của riêng mình ở quê.

IV. Lựa chọn từ ngữ gần nghĩa với từ ngữ gạch dưới

1. Khu vực này gần ga tàu điện ngầm hơn nữa lại có nhiều cây xanh, không khí trong lành nên giá thuê nhà khá đắt.

① không những thế

② tuy thế

③ mặc dù vậy

④ hơn cả

2. Thành phố này vừa là trung tâm văn hóa vừa là trung tâm kinh tế của đất nước.

① … cả … lẫn

② … không những…… mà cả

③ … không những … mà còn

④ … không chỉ …… mà cả

3. Cả ngày làm việc lẫn ngày nghỉ bố tôi lúc nào cũng bận.

① ··· vừa ··· vừa

② ··· không chỉ ······ mà còn

③ ··· không những ··· mà còn

④ ··· không chỉ ······ mà cả

4. Nhiều người không muốn làng quê của mình bị biến thành đô thị.

① Nhiều người không muốn làng quê của mình bị đô thị hóa.

② Nhiều người không muốn làng quê của mình tạo thành đô thị.

③ Nhiều người không muốn làng quê của mình trở nên đô thị.

④ Nhiều người không muốn làng quê của mình được trở nên đô thị.

5. "Đơn giản hóa một vấn đề" nghĩa là:

① Tạo ra một vấn đề đơn giản.

② Làm cho một vấn đề trở nên đơn giản.

③ Một vấn đề được hiểu đơn giản.

④ Nghĩ ra một vấn đề đơn giản.

6. Thành phố này không lớn lắm. Tuy nhiên các dịch vụ y tế, giáo dục giải trí ở đây không kém gì ở thành phố lớn.

① Mặc dù

② Hơn nữa

③ Mặc dù thế

④ Ngoài ra

V. Tập nói theo ngữ cảnh

1. Hoàn thành đoạn văn sau đây

Thành phố cổ nhất ở Hàn Quốc là thành phố ______.

Thành phố này ra đời cách đây ______.

Hiện nay ______. Thành phố đông dân nhất và hiện đại nhất ở Hàn Quốc là ______. Dân số của thành phố ______ là ______.

Nếu đến thăm ______, bạn nên đến ______.

2. Bạn thích hay không thích sống ở thành phố? Giải thích vì sao?

a) Tôi thích sống ở thành phố, vì:

Một là, ______

Hai là, ______

Ba là, ______

Và cuối cùng là ______

b) Tôi không thích sống ở thành phố, vì:

Thứ nhất là, ______

Thứ hai là, ______

Thứ ba là, ______

Và cuối cùng là ______

3. Theo bạn, một thành phố đáng sống là một thành phố như thế nào?

______

______

______

______

ĐỌC - HIỂU

I. Đọc – hiểu các bài đọc dưới đây

Đọc hiểu 1

Ở một thành phố thông minh, công nghệ thông tin được ứng dụng một cách tốt nhất để nâng cao chất lượng cuộc sống của người dân, cải thiện chất lượng phục vụ của chính quyền thành phố, giảm tiêu thụ năng lượng, giảm ô nhiễm. Tuy nhiên, để xây dựng một thành phố thông minh cần phải có rất nhiều tiền. Vì thế, để xây dựng một thành phố thông minh cần có thời gian dài và phải tiến hành từng bước.

Đọc hiểu 2

PHỐ CỔ HỘI AN

Phố cổ Hội An là một địa điểm du lịch không chỉ nổi tiếng ở Việt Nam mà còn nổi tiếng với khách du lịch trên thế giới. Năm 1999, Hội An đã được UNESCO công nhận là di sản văn hóa thế giới.

Hội An là một đô thị cổ nằm ở khu vực hạ lưu sông Thu Bồn, thuộc tỉnh Quảng Nam. Hội An cách thành phố Đà Nẵng khoảng 30 km về phía Nam. Được xây dựng vào khoảng cuối thế kỷ XVI, bên dòng sông Hoài, một nhánh của sông Thu Bồn, Hội An từng là một thương cảng sầm uất, nơi giao lưu buôn bán của các thương nhân Việt Nam với những thương nhân từ các nước như Trung Quốc, Ấn Độ, Hà Lan, Nhật Bản···. Vì vậy, có thể nói, Hội An là nơi gặp gỡ của nhiều nền văn hóa. Cho đến hôm nay, Hội An vẫn giữ được gần như nguyên vẹn những kiến trúc được xây dựng cách đây hơn 400 năm. Trang web chuyên về du lịch *Travel Triangle* đã nhận xét "Không một thị trấn cổ nào trên thế giới hoàn hảo như Hội An. Nơi đây được bảo tồn nguyên vẹn".

Hội An có 1360 di tích trong đó có 1068 ngôi nhà cổ, hàng trăm đền, chùa cổ. Một trong những điểm tham quan không thể bỏ qua của Hội An là Chùa Cầu, một ngôi chùa độc đáo, nằm trên một cây cầu, được xây dựng cách đây gần 400 năm. Hội An quyến rũ du khách không chỉ bởi những di sản kiến trúc, văn hóa có tuổi đời hàng mấy trăm năm mà còn bởi một môi trường xanh, sạch, đẹp, bởi ẩm thực đặc sắc, bởi con người Hội An hiền hòa, mến khách.

Năm 2019, Hội An đã được tạp chí *Travel and Leisure* bình chọn là thành phố du lịch tốt nhất thế giới. Hội An cũng được CNN bình chọn là một trong mười ba điểm đến lãng mạn nhất thế giới.

TỪ VỰNG 3 (어휘 3)

công nghệ thông tin	(工藝通信) 통신기술	**cải thiện**	(改善) 개선하다
tiêu thụ	소비하다	**tiến hành**	(進行) 진행하다
hạ lưu	하류(下流)	**nhánh (sông)**	지점, 가지(강)
từng (là)	...한 적이 있다	**thương cảng**	(商港) 무역항
sầm uất	번화한	**giao lưu**	(交流) 교류하다
buôn bán	거래하다, 무역하다	**thương nhân**	(商人) 상인
nguyên vẹn	그대로인	**hoàn hảo**	(完好) 완전한, 완벽한
kiến trúc	(建策) 건축	**gần như, hầu như**	거의
bảo tồn	(保存) 보존하다	**di tích**	(遺跡) 유적
đền, chùa	사당, 사찰	**di sản**	(遺產) 유산
quyến rũ	매력있는	**ẩm thực**	(飲食) 음식
đặc sắc	(特色) 특색있는	**hiền hòa**	(賢和) 온화한
mến khách	융숭하다	**bình chọn**	선택하다
lãng mạn	(浪漫) 낭만적인		

II. Dựa vào các bài đọc - hiểu, chọn thông tin đúng

1. Nội dung chính của đọc hiểu 1 là nói về ______.

① một thành phố thông minh ở Hàn Quốc

② những ưu điểm của thành phố thông minh

③ những đặc trưng của thành phố thông minh và cách tiến hành xây dựng nó một cách phù hợp

2. So với thành phố bình thường, thành phố thông minh ______.

① ít ô nhiễm hơn, sử dụng ít năng lượng hơn

② cần ít tiền đầu tư hơn

③ thời gian xây dựng nhanh hơn

3. Lịch sử hình thành và phát triển của Hội An được trình bày ở ______.

① đoạn 1 ② đoạn 2

③ đoạn 3 ④ đoạn 1 và 2

4. Muốn biết những điểm du lịch không thể bỏ qua ở Hội An, phải đọc ở ______.

① đoạn 1 ② đoạn 2

③ đoạn 3 ④ đoạn 4

5. Muốn biết tạp chí Travel and Leisure chọn địa điểm du lịch tốt nhất thế giới năm 2019 là nơi nào, phải đọc ở ______.

① đoạn 1 ② đoạn 2

③ đoạn 3 ④ đoạn 4

6. Hiện tại Hội An được biết đến như là ________________.

① một khu phố du lịch

② một thành phố lớn

③ một trung tâm công nghiệp

④ một thương cảng

7. Hội An hấp dẫn du khách vì ________________.

① có những kiến trúc cổ được bảo tồn hoàn hảo

② có môi trường trong lành

③ có đồ ăn ngon, con người thân thiện

④ tất cả các đáp án

8. Con số 1360 là số biểu thị ________________.

① số tuổi của Hội An

② năm mà Hội An được xây dựng

③ số nhà cổ của Hội An

④ số di tích ở Hội An

III. Dựa vào đọc hiểu 2, trả lời những câu hỏi sau

1. Năm 1999, Hội An được nhận danh hiệu gì?

2. Hội An được xây dựng từ bao giờ? Hội An từng là một trung tâm công nghiệp, du lịch hay buôn bán?

3. Vì sao có thể nói Hội An là nơi gặp gỡ của nhiều nền văn hóa?

4. Hội An hấp dẫn khách du lịch trong và ngoài Việt Nam vì những gì?

5. Cho đến hiện nay, Hội An vẫn đang là một địa điểm du lịch hấp dẫn hàng đầu thế giới, bằng chứng là gì?

6. Hội An thuộc tỉnh nào của Việt Nam?

IV. Tập nói tiếng Việt với các chủ đề sau (200-250 từ)

1. Hãy nói về thành phố mà anh chị yêu thích nhất.
2. Hãy nói về những thuận lợi và khó khăn của cuộc sống ở thành phố.

Bài 08

THUÊ PHÒNG – KHÁCH SẠN - DU LỊCH - Chúc quý khách một kỳ nghỉ vui vẻ!

NHỮNG CÂU CẦN NHỚ

A

Xin lỗi, nhà ông có **phòng cho thuê**, phải không ạ?

Vâng, các anh, chị muốn thuê phòng thế nào?

Phòng cho một người hay hai người?

Các anh muốn thuê phòng (trong) bao lâu?

Các chị muốn thuê ở tầng thấp hay tầng cao?

Phòng ở đây có **wi-fi** không ạ?

Giá thuê phòng thế nào ạ? Bao nhiêu tiền một tháng?

Tôi có thể xem qua phòng được không?

Tiền thuê phòng đã **bao gồm** tiền điện, internet chưa?

Đã bao gồm phí internet nhưng không bao gồm tiền điện.

Trả tiền thuê nhà thế nào ạ?

Trả vào ngày mồng 5 hàng tháng, bằng **tiền mặt** hoặc **chuyển khoản**.

Có phải đặt cọc không ạ? Và đặt bao nhiêu ạ?

Rất tiếc là hiện giờ chúng tôi không còn phòng, ⋯.

B

Chị muốn đặt phòng cho ai?

Tôi muốn đặt phòng cho khách Hàn Quốc.

Chị cần phòng như thế nào?

Phòng đơn hay đôi? Phía trước hay sau? Tầng thấp hay tầng cao?

Quý khách thuê phòng mấy ngày ạ?

Thời gian thuê phòng của quí khách bao lâu ạ?

Thời gian lưu trú của của khách bao lâu ạ?

Tôi có thể đổi (chuyển) phòng khác được không?

Bữa sáng bắt đầu lúc mấy giờ? Và trong bao lâu?

Tôi muốn trả phòng.

Thời gian trả phòng thế nào ạ?

Rất tiếc, khách sạn chúng tôi không còn phòng⋯

C

Bạn có thích đi du lịch không?

Bạn thích đi du lịch trong nước hay nước ngoài?

Khi đi du lịch bạn thường đi với (những) ai?

Bạn thường đi theo tour hay tự tổ chức?

Ông, bà muốn đặt tour (du lịch) đi đâu ạ?

Ông, bà đã chọn được tour nào chưa?

Chúng tôi muốn đặt tour du lịch đi Hàn Quốc.

Ở đây có những loại tour nào hở chị?

Tour lâu nhất là 6 ngày 5 đêm và ngắn nhất là 4 ngày 3 đêm.

Giá trọn gói một người là bao nhiêu (tiền) hở chị?
Các chị muốn mua vé máy bay đi đâu?
Chúng tôi muốn đặt vé máy bay đi Việt Nam.
Các chị đặt vé khứ hồi hay một chiều ạ?

TỪ VỰNG 1 (어휘 1)

thuê (phòng)	(방) 빌리다	**cho thuê (phòng)**	(방) 빌려주다
đặt (vé, tour)	(표, 투어) 예약하다	**phòng đơn (đôi)**	싱글룸(더블룸)
phía trước / sau	앞쪽 / 뒤쪽	**tầng thấp / cao**	낮은 층 / 넓은 층
đổi, chuyển (phòng)	(방) 바꾸다	**mạng (wi-fi)**	가지고 오다(인터넷)
xem qua	살펴보다, 조사하다	**bao gồm, gồm cả**	포함하다
lưu trú	(留住) 거주하다	**tiền mặt**	현금
chuyển khoản	계좌이체	**đặt cọc**	보증금을 내다
rất tiếc	매우 아쉽다	**nước ngoài**	외국
trong nước	물 속	**khứ hồi**	(去回) 왕복의
theo tua (tour)	투어에 따라	**tua (tour)**	투어
trả phòng	체크아웃하다	**tự tổ chức**	스스로 만들다
giá trọn gói	패키지 가격		

HỘI THOẠI

A

Khách: A lô! Chào chị

Lễ tân: A lô! Khách sạn Hà Thành xin nghe! Dạ, anh cần gì ạ?

Khách: Chào chị! Tôi muốn đặt phòng cho khách Hàn Quốc.

Lễ tân: Anh muốn đặt mấy phòng và loại phòng thế nào ạ?

Khách: Một phòng đôi loại 2 giường, nhìn xuống vườn và có phòng khách riêng.

Lễ tân: Anh chờ chút để tôi kiểm tra phòng đã nhé.

(*Lễ tân kiểm tra* ···.)

Dạ, còn phòng, anh ạ. Xin anh cho biết tên đầy đủ của quý khách.

Khách: Ông ấy tên là Park Ki-chun.

Lễ tân: Dạ, anh làm ơn cho biết thời gian lưu trú của khách.

Khách: Ba đêm chị ạ và bắt đầu từ 11 giờ ngày mai.

Lễ tân: Cám ơn anh! Chúng tôi đã xác nhận. Anh có thể cho chúng tôi biết tên và số điện thoại của anh được không?

Khách: Được, chị. Tôi tên là Lâm, số điện thoại 076xxxxxxx. Tôi có thể biết giá phòng được không ạ?

Lễ tân: Loại phòng anh đặt giá 80 USD một đêm bao gồm cả bữa sáng.

Khách: Có phải đặt cọc trước không chị?

Lễ tân: Không anh ạ.

Khách: Vâng, cám ơn chị!

Lễ tân: Dạ, không dám! Chào anh!

B

Gọi điện thoại đặt tour du lịch

Khách: Alô, công ty du lịch Bến Thành phải không ạ?

Nhân viên: Dạ vâng, chào anh, anh cần gì ạ?

Khách: Tôi muốn hỏi, cuối tuần này có tour nào đi Đà Nẵng và Hội An không ạ?

Nhân viên: Dạ, có 2 tour, tour một 5 ngày 6 đêm và tour hai 4 ngày 3 đêm.

Khách: Chị cho hỏi, giá trọn gói tour 2 là bao nhiêu tiền một người?

Nhân viên: Giá trọn gói tour hai, một người là 5.200.000 đồng, anh ạ.

Khách: Đi bằng máy bay hãng nào hở chị?

Nhân viên: Hãng hàng không Quốc gia Việt Nam, anh ạ!

Khách: Vậy, chị cho tôi đặt 2 chỗ đi tour hai ạ.

Nhân viên: Dạ vâng, xin anh cho biết số điện thoại.

TỪ VỰNG 2 (어휘 2)

(Tôi) xin nghe	전화 받았습니다	**đặt phòng**	방을 예약하다
phòng đôi	더블룸	**giường**	침대
nhìn	바라보다	**vườn**	정원
riêng	개인의	**tên đầy đủ**	전체 이름
làm ơn	...해주세요	**xác nhận**	(確認) 확인하다
không dám	천만의 말씀	**hãng, công ty**	회사
hàng không	(航空) 항공	**quốc gia**	(國家) 국가

LUYỆN NÓI

I. Tập nói theo mẫu

Mẫu 1 **thuê phòng – phòng đơn, khép kín – tầng thấp hay cao? – tầng cao – 1 tuần**

Khách: Chào cô. Tôi muốn thuê phòng.

Nhân viên: Dạ, ông muốn thuê phòng như thế nào ạ?

Khách: Tôi muốn thuê một phòng đơn, khép kín.

Nhân viên: Ông thích ở tầng thấp hay tầng cao?

Khách: Tôi thích ở tầng cao

Nhân viên: Ông thuê phòng trong bao lâu ạ?

Khách: Trong khoảng 1 tuần.

Tiếp tục với:

1. thuê phòng – phòng đôi, một giường - tầng thấp hay cao?
   – tầng cao – 4 ngày

A:

B:

A:

B:

A:

B:

A:

2. thuê phòng – phòng đôi, hai giường - tầng thấp hay cao?

– tầng không cao quá – 3 đến 5 ngày

A:

B:

A:

B:

A:

B:

A:

3. thuê căn hộ – 2 phòng ngủ - tầng thấp hay cao? – vừa phải

– 3 đến 6 tháng

A:

B:

A:

B:

A:

B:

A:

Mẫu 2 **đặt phòng – mấy phòng - 1 phòng đơn, 1 phòng đôi – loại phòng nào? – tiêu chuẩn**

Hùng: Chào chị. Tôi muốn đặt phòng ở khách sạn.

Lễ tân: Dạ. Anh muốn đặt mấy phòng ạ?

Hùng: Tôi muốn đặt 2 phòng, 1 phòng đơn và 1 phòng đôi.

Lễ tân: Ở đây chúng tôi có 3 loại phòng: hạng tiêu chuẩn – hạng sang và hạng đặc biệt, anh đặt loại nào ạ?

Hùng: Chị cho loại tiêu chuẩn!

Nhân viên: Dạ vâng!

Tiếp tục với:

4. đặt phòng tại khách sạn – mấy phòng - 1 phòng đôi – loại phòng nào? – hạng sang

A:

B:

A:

B:

A:

B:

A:

5. đặt phòng tại khách sạn – mấy phòng - 1 phòng đơn, 1 phòng đôi – loại phòng nào?

– 1 phòng tiêu chuẩn, 1 phòng hạng sang

A:

B:

A:

B:

A:

B:

A:

Mẫu 3 **đặt tour đi Hàn Quốc – cuối năm nay hoặc đầu năm sau – trải nghiệm tuyết ở Hàn Quốc - 5 ngày 4 đêm - Korean Air - 3 bữa - khách sạn 3 sao**

Nam: Chào chị. Tôi muốn đặt tour đi Hàn Quốc.

Nhân viên: Anh định đi vào thời gian nào ạ?

Nam: Khoảng cuối năm nay hoặc đầu năm sau.

Nhân viên: Vậy công ty chúng tôi có tour trải nghiệm tuyết ở Hàn Quốc đấy!

Nam: Ồ! Hay quá! Cụ thể tour này thế nào chị?

Nhân viên: Tour này 5 ngày 4 đêm (từ 30/12/2019 đến 3/1/2020), bằng hãng hàng không Korean Air, ăn ngày 3 bữa, ở khách sạn 3 sao suốt tuyến···

Tiếp tục với:

6. đặt tour đi Hàn Quốc – trong tháng 11 – Seou mùa lá đỏ - 5 ngày 4 đêm - JinAir – ăn 3 bữa - ở khách sạn 3 sao

A:

B:

A:

B:

A:

B:

7. đặt tour đi Đà Nẵng – Đà Lạt – trong tháng 11 – Thiên đường tình yêu - 4 ngày 3 đêm - Vietnam Airlines – ăn 3 bữa - ở khách sạn 3 sao

A: __________

B: __________

A: __________

B: __________

A: __________

B: __________

II. Nói theo ngữ cảnh

1. Hoàn thiện các hội thoại sau bằng cách điền từ ngữ vào chỗ trống

người	đĩa	đồ ăn	có	vậy
ngồi	hay	đây	chỗ	tốt
thực đơn	cho	ngay	các anh	đều
lên	gần	cho	tính tiền	trả
thẻ	hay	hóa đơn		

Nhân viên: Chào các anh, _____ đi mấy _____ ạ?

Khách: Chúng tôi _____ 4 người.

Nhân viên: Dạ, các anh muốn _____ chỗ hút thuốc _____ không hút thuốc ạ?

Khách: _____ không hút thuốc.

Nhân viên: _____, mời các anh _____ tầng 2. Bàn _____ cửa sổ này, được chứ ạ?

Khách: _____ rồi. cám ơn! Cho chúng tôi xem _____.

Nhân viên: Thực đơn _____ ạ.

Khách: ____ chúng tôi 4 bia hơi, một ____ thịt bò xào, một rau muống xào tỏi, một xa lát gà chung ____ 4 người.

Nhân viên: Vâng, các anh chờ một chút, ____ sẽ được mang đến ____!

____

____

Khách: Chị ơi, ____ cho chúng tôi.

Nhân viên: Vâng, ____ đây ạ.

Khách: ____ bằng ____ hay tiền mặt?

Nhân viên: Da, trả bằng thẻ ____ tiền mặt ____ được.

2. Điền các từ thích hợp vào chỗ trống trong hội thoại dưới đây

Bác sĩ: Ông ____?

Bệnh nhân: Có lẽ ____ cảm.

Bác sĩ: Ông ____ bị đau đầu không?

Bệnh nhân: Có. ____!

Bác sĩ: ____ hôm nay, ____ có ăn gì lạ ____?

Bệnh nhân: Không, tôi không ____ cả. Tôi vẫn ____ uống bình thường.

Bác sĩ: Mặt ông đỏ lắm, chắc ____ sốt rồi. Ông cặp nhiệt độ ____ xem.

Bệnh nhân: Dạ, vâng ạ!

3. Sắp xếp các câu dưới đây thành hội thoại hoàn chỉnh

Tại văn phòng môi giới nhà cửa

- Chào cô.
- Tôi cần thuê một căn hộ.
- Ông muốn thuê căn hộ mấy phòng ngủ, ở trung tâm hay gần trung tâm thành phố?
- Chào ông. Ông cần gì ạ?
- Dạ vâng, cám ơn cô.
- Tôi cần thuê một căn hộ 2 phòng ngủ, ở gần trung tâm thành phố.
- Tôi muốn những tầng giữa, không cao quá cũng không thấp quá.
- Vậy thì bao giờ ông cần?
- Thưa cô, càng nhanh càng tốt!
- Ông muốn ở tầng thấp hay tầng cao?
- Xin ông để lại số điện thoại, khi tìm được chúng tôi sẽ gọi cho ông.
- Không có gì, chào ông!

4. Đọc hiểu ngữ cảnh sau đây rồi tạo lập hội thoại

Ngữ cảnh:

Anh Kim là sinh viên. Anh ấy hỏi nhân viên về thủ tục mua vé tháng xe buýt. Nhân viên nói là thủ tục mua vé tháng xe buýt khá đơn giản. Bạn chỉ cần điền một số thông tin cá nhân vào đơn đăng ký mua vé tháng, 2 ảnh 3x4 và xuất trình thẻ sinh viên (nếu là sinh viên được giảm 30%) và lấy giấy hẹn. Sau 2 ngày bạn sẽ nhận được thẻ tại nơi làm thẻ. Bạn có thể làm thẻ vé tháng xe buýt tại các điểm bán vé xe buýt dọc các phố.

Anh Kim:

Nhân viên:

Anh Kim:

Nhân viên:

Anh Kim:

Nhân viên:

Anh Kim:

Nhân viên:

ĐỌC - HIỂU

I. Đọc hiểu bài đọc sau

Xứ sở kim chi - Hàn Quốc là địa danh du lịch được nhiều du khách yêu thích với cảnh đẹp và văn hóa tuyệt vời. Đến Hàn Quốc, du khách có dịp tham quan nhiều danh thắng hùng vĩ của núi và biển; cảm nhận không gian thi vị của những công trình kiến trúc đẹp, cổ kính và thưởng thức nhiều món ăn truyền thống ngon và nổi tiếng···

Dưới đây, xin giới thiệu một tour du lịch tiêu chuẩn đi Hàn Quốc

Thời gian: 5 ngày 5 đêm
Phương tiện: Hàng không Việt Nam
Điểm xuất phát: TP. Hồ Chí Minh
Điểm đến: Hàn Quốc
Giá người lớn: 21.990.000
Giá trẻ em: 16.492.500
Giá trẻ con: 6.597.000

LỊCH TRÌNH

Ngày thứ nhất: TP. HỒ CHÍ MINH - SEOUL - JEJU (Ăn ba bữa)

Quý khách khởi hành từ sân bay Tân Sơn Nhất đi Seoul - Thủ đô của Hàn Quốc. Đến Hàn Quốc, Quý khách tham quan:

- *Cung điện Hoàng Gia Gyeongbok* - được coi là công trình nghệ thuật nổi tiếng có phong cách và kiến trúc độc đáo và đẹp nhất Seoul.
- *Bảo tàng văn hoá truyền thống quốc gia* - là bảo tàng hàng đầu trưng bày văn hóa dân gian Hàn Quốc.
- *Tham quan bên ngoài "Nhà Xanh"* còn gọi là Cheongwadae - là nơi ở và làm việc của Tổng thống Hàn Quốc.

- *Tham quan bên ngoài tháp Namsan.* Sau đó, nối chuyến bay của JEJUAir tới đảo Jeju xinh đẹp với phong cảnh thanh bình, bờ biển tràn ngập nắng và gió. Đến Đảo Jeju, Quý khách tiếp tục tham quan:
- *Yongduam* - bãi biển nổi tiếng có Tảng đá hình đầu rồng là biểu tượng chính của Đảo Jeju.

  Trải nghiệm Con đường ma quái - nơi mà những chiếc xe dù đã tắt máy vẫn có thể leo ngược dốc.

  Quý khách nghỉ đêm trên đảo.

Ngày thứ hai: TRÊN ĐẢO JEJU (Ăn ba bữa)

Quý khách tiếp tục tham quan:

Đỉnh Seongsan Ilchulbong - nơi đón ánh nắng mặt trời đầu tiên tại Hàn Quốc.

- *Maze land* - Mê cung kỳ thú trên đảo Jeju, được bố thiết kế theo "tam đa" (Samda) của Jeju, miêu tả 03 thứ có nhiều trên hòn đảo này là: đá, gió và phụ nữ.

  Làng dân tộc Seongeup tái hiện khung cảnh cuộc sống của người dân trên đảo thời xưa.

• *Thác Cheonjiyeon* - nơi đất trời hoà làm một.

Chùa Yakcheonsa - là một trong những ngôi chùa trang nghiêm hiện đại nhất của Phật giáo Châu Á, kiến trúc mỹ thuật tuyệt đẹp.

Quý khách nghỉ đêm trên đảo

Ngày thứ ba: JEJU - SEOUL - CÔNG VIÊN EVERLAND (Ăn ba bữa)

Quý khách đón chuyến bay trở lại Seoul, tiếp tục tham quan và mua sắm:

• *Mua sắm* tại cửa hàng nhân sâm, cửa hàng mỹ phẩm nổi tiếng của Hàn Quốc.

• *Công Viên Everland* - là công viên có chủ đề đầu tiên lớn nhất ở Hàn Quốc.

• *Khu chợ Dongdaemun nổi tiếng* với những gian hàng thời trang.

Quý khách nghỉ đêm tại Seoul.

Ngày thứ tư: SEOUL - NAMI - SHOW BIỂU DIỄN NGHỆ THUẬT (Ăn ba bữa)

Quý khách tiếp tục tham quan:

• *Đảo Nami xinh đẹp* và bình yên bởi hệ thực vật với hơn 200 loại cây khác nhau

• *Mua sắm tại cửa hàng InSeoul Herb* và cửa hàng tinh dầu thông đỏ.

Thưởng thức chương trình biểu diễn đặc sắc Nanta Show hoặc Painter Show.

Quý khách nghỉ đêm tại Seoul.

Ngày thứ năm: SEOUL - TRẢI NGHIỆM VĂN HOÁ TRUYỀN THỐNG HÀN QUỐC – TP. HỒ CHÍ MINH (Ăn sáng, trưa)

Quý khách trải nghiệm:

• *Lớp học làm Kim Chi* - món ăn đặc trưng và tiêu biểu của "Xứ sở Kim Chi"

• *Mặc những bộ đồ Hanbok* truyền thống Hàn Quốc.

• *Tham quan Seoullo 7017* (nếu có thời gian)

• *Mua sắm tại cửa hàng miễn thuế.*

Quý khách ra sân bay **đáp chuyến bay** về Việt Nam. *Kết thúc chuyến du lịch*

Phỏng theo "**Du lịch Hàn Quốc**"

TỪ VỰNG 3 (어휘 3)

xứ sở	(處所) 국토	**địa danh**	(地名) 지명
danh thắng	(名勝) 명승고적	**hùng vĩ**	(興味) 흥미
cảm nhận	느끼다	**thi vị, thơ mộng**	시적인
kiến trúc	(建策) 건축	**cổ kính**	(古鏡) 고대의, 고풍스러운
thưởng thức	감상하다	**tiêu chuẩn**	(標準) 기준
lịch trình	(歷程) 일정	**cung điện**	(宮殿) 궁전
hoàng gia	(皇家) 왕족	**phong cách**	(風格) 스타일, 태도
độc đáo	독특한	**bảo tàng**	(寶藏) 박물관
trưng bày	전시하다, 진열하다	**dân gian**	(民間) 민간의
tổng thống	(總統) 대통령	**tháp**	타워
nối chuyến	환승하다	**thanh bình**	(清平) 평화로운
tràn ngập	넘치다	**biểu tượng**	(象徵) 상징
trải nghiệm	체험하다	**ma quái**	(魔怪) 악마
mê cung	미로, 미궁	**tái hiện**	(再現) 재현하다
khung cảnh	배경	**thời xưa**	옛날
trang nghiêm	(莊嚴) 장엄한	**mỹ thuật**	(美術) 미술
nhân sâm	(人蔘) 인삼	**mỹ phẩm**	(美品) 화장품
gian hàng	가게	**hệ thực vật**	(系植物) 식물계
tinh dầu	(精油) 세럼(화장품)		

II. Dựa vào nội dung bài đọc, xác đinh thông tin đúng / sai

1. Điểm đến chính của tour du lịch này là thủ đô Seoul và đảo Jeju, Hàn Quốc.
2. Thời gian lưu trú của du khách chia đều cho cả hai nơi.
3. Du khách sẽ được trải nghiệm văn hóa truyền thống Hàn Quốc tại đảo Jeju.
4. "Nhà Xanh" là nơi làm việc của Tổng thống Hàn Quốc.
5. Trong tour du lịch này, quý khách được trải nghiệm về ẩm thực và trang phục truyền thống của Hàn Quốc.
6. Nanta Show là một chương trình biểu diễn âm nhạc cổ điển của Hàn Quốc.

III. Dựa vào nội dung bài đọc, lựa chọn đáp án đúng

1. Tour du lịch này được khởi hành từ đâu?

① Từ thủ đô Seoul, Hàn Quốc.

② Từ thủ đô Hà Nội, Việt Nam.

③ Từ thành phố Hồ Chí minh, Việt Nam.

2. Tour du lịch này kéo dài bao lâu?

① năm ngày bốn đêm

② năm ngày năm đêm

③ năm ngày bốn đêm

3. Điểm đến của tour du lịch này là ở đâu?

① thủ đô Seoul và thành phố Busan, Hàn Quốc.

② thành phố Busan và đảo Jeju, Hàn Quốc.

③ thủ đô Seoul và đảo Jeju, Hàn Quốc.

4. Trong tour du lịch này, quí khách sẽ được ngủ tại thủ đô Seoul mấy đêm?

① ngủ tại Seoul 1 đêm

② ngủ tại Seoul 2 đêm

③ ngủ tại Seoul 3 đêm

5. Mấy hãng hàng không đã tham gia vận chuyển hành khách trong tour du lịch này?

① một hãng hàng không

② hai hãng hàng không

③ ba hãng hàng không

6. Cụm từ "đáp chuyến bay" cuối bài gần nghĩa với cụm từ nào dưới đây:

① xuống máy bay

② lên máy bay

③ vào máy bay

7. Tour du lịch này có những mục đích gì?

① tham quan các danh thắng, bảo tàng, di tích, công trình kiến trúc nổi tiếng và cổ kính ở Hàn Quốc.

② trải nghiệm cuộc sống, mua sắm và thưởng thức các món ăn truyền thống của Hàn Quốc.

③ cả hai đáp án trên

IV. Chuẩn bị tập nói tiếng Việt với các chủ đề sau (200-250 từ)

1. Hãy giới thiệu về một địa danh nổi tiếng ở Seoul.
2. Hãy giới thiệu một tour du lịch ở Hàn Quốc?

Bản ghi nhớ

Bài 09

TÀI CHÍNH - NGÂN HÀNG
Tôi muốn mở một tài khoản ngân hàng

NHỮNG CÂU CẦN NHỚ

A

Anh cần làm gì ạ?

Tôi muốn mở tài khoản ngân hàng.

Tôi muốn đóng tài khoản.

Tôi cần chuyển tiền, cô ạ.

Anh cần chuyển tiền đến tài khoản nào ạ?

Tôi muốn chuyển tiền từ tài khoản của tôi đến tài khoản này.

Tôi cần rút tiền, cô ạ.

Ông cần rút bao nhiêu tiền ạ?

Tôi muốn rút 5 triệu won.

Tôi muốn nộp (nạp, bỏ) tiền vào tài khoản.

Tôi cần làm thẻ ngân hàng.

Tôi muốn lấy bản sao kê tài khoản ngân hàng.

Xin lỗi, thẻ (card) của tôi có vấn đề···

Xin lỗi thẻ của tôi bị từ chối···

Làm thẻ ngân hàng có mất phí không cô? Mất bao nhiêu cô?

B

Bà cần làm gì ạ?

Tôi muốn đổi tiền

Bà muốn đổi tiền gì ạ?

Bà muốn lấy tiền gì ạ? Đồng hay won?

Tôi muốn đổi tiền won lấy tiền đồng

Tôi muốn đổi tiền won lấy US đô

Tỷ giá hối đoái hôm nay là bao nhiêu?

Tỷ giá won Hàn Quốc và đô-la Mỹ hôm nay là bao nhiêu?

Tỷ giá giữa won Hàn Quốc và US đô hôm nay thế nào?

Một đô la Mỹ đổi được bao nhiêu won, cô?

Dạo này đô-la Mỹ tăng giá so với những đồng tiền khác.

Dạo này tiền won đang mất giá / tăng giá, có giá.

C

Ông cần làm gì ạ?

Tôi muốn gửi tiền tiết kiệm.

Lãi suất tiết kiệm ở đây là bao nhiêu cô?

Hiện nay lãi suất ở đây là 7,2% / năm.

Tỷ lệ lãi suất thay đổi theo thời gian.

Dùng thẻ để thanh toán tiện hơn dùng tiền mặt rất nhiều.

Mang theo nhiều tiền mặt không tiện cũng không an toàn.

Đến ngân hàng rút tiền an toàn hơn rút ở máy ATM.

Quên số PIN khách hàng không thể rút tiền ở máy ATM được.
Cách thay đổi số PIN thế nào cô?
Làm ơn cho tôi biết số dư tài khoản được không?

TỪ VỰNG 1 (어휘 1)

tài khoản	계좌	**mở (tài khoản)**	(계좌) 개설하다
đóng (tài khoản)	(계좌) 닫다	**chuyển (tiền)**	(돈) 이체하다
rút (tiền)	(돈) 뽑다	**đổi (tiền)**	(돈) 바꾸다
nộp, nạp (tiền)	(돈) 내다	**gửi (tiền)**	(돈) 보내다
thẻ (ngân hàng)	(은행) 카드	**tiết kiệm**	(節儉) 절약하다
thanh toán	계산하다	**tiền mặt**	현금
(bản) sao kê	거래내역서	**(bị) từ chối**	거절하다 (당하다)
tỷ giá	환율	**hối đoái**	(匯兌) 환전하다
tăng giá	가치가 오르다	**mất giá**	가치가 떨어지다
lãi suất	이자율	**số PIN (mã bí mật)**	비밀번호
máy ATM	현금인출기	**số dư**	잔고, 잔액

HỘI THOẠI

A

Nhân viên: Chào anh. Anh cần làm gì ạ?

Ben: Tôi muốn mở tài khoản ngân hàng.

Nhân viên: Vâng. Anh đang làm gì ở Việt Nam ạ ?

Ben: Tôi là sinh viên, tôi đang học ở Đại học Quốc gia Hà Nội.

Nhân viên: Xin anh cho xem hộ chiếu và thẻ sinh viên.

Ben: Vâng, đây ạ

Nhân viên: Được rồi. Bây giờ anh điền các thông tin vào tờ khai này nhé.

Ben: Xong rồi đây a.

Nhân viên: Để tôi xem. ···Anh cần ghi ngày tháng năm, rồi kí tên vào đây nữa ạ.

……

Anh chờ một chút ạ. ·········, Xong rồi ạ. Sau 5 ngày làm việc nữa, anh sẽ nhận được thẻ ngân hàng.

Ben: Thế, nếu tôi muốn có thẻ tín dụng thì cần thêm giấy tờ gì ạ?

Nhân viên: Anh cần có giấy tờ chứng minh nguồn thu nhập, ví dụ như như học bổng,⋯

Ben: Vâng, tôi hiểu rồi, cám ơn chị.

B

Ông Kim: Tôi muốn đổi ít tiền mà không biết đổi ở đâu?

Lâm: Ông đổi tiền gì? Có nhiều không?

Ông Kim: Tôi đổi tiền won lấy tiền đồng, một ít thôi.

Lâm: Một là ông đến các ngân hàng, hai là vào các cửa hàng vàng- bạc dọc các phố và ba là đến phố Hà Trung, khu vực phố cổ⋯ Ở những chỗ đấy, ông có thể đổi bất cứ loại tiền gì.

Ông Kim: Nghe nói ở Việt Nam có nhiều loại giá hối đoái, phải không anh?

Lâm: Đúng rồi, giá hối đoái trong các ngân hàng bao giờ cũng rẻ hơn giá chợ đen.

Ông Kim: Giá chợ đen là giá gì, hở anh?

Lâm: Giá chợ đen là giá tự do, giá ngoài thị trường. Ở Việt Nam, giá chợ đen bao giờ cũng cao hơn giá của ngân hàng.

C

Nhân viên: Bà cần làm gì ạ?

Bà An: Tôi cần chuyển tiền cô ạ.

Nhân viên: Sao bà không làm trên máy ATM, vừa tiện vừa nhanh hơn?

Bà An: Tại tôi hay quên số PIN lắm, nhập sai số, bị máy ATM nuốt thẻ mấy lần rồi. Bây giờ muốn rút tiền, chuyển tiền phải đến ngân hàng vậy.

Nhân viên: Thế ạ?! Bà cho cháu xem chứng minh thư của bà ạ⋯⋯.
Được rồi, bà chuyển tiền đến số tài khoản nào ạ?

Bà An: Tôi muốn chuyển 10 triệu đến số tài khoản này.

Nhân viên: ⋯. Dạ, bà kiểm tra thông tin rồi kí vào đây ạ.

Bà An: Vâng, cám ơn cô. Cô in cho tôi một bản sao kê tài khoản, được không?

Nhân viên: Dạ, được chứ ạ, bà chờ cháu một phút.

TỪ VỰNG 2 (어휘 2)

hộ chiếu	여권	điền	기입하다
thông tin	정보	tờ khai	신고서
ghi	기록하다	ký tên	서명하다
thẻ tín dụng	(信用) 신용카드	giấy tờ	서류
chứng minh	(證明) 증명하다	nguồn thu nhập	(收入) 수입원
chẳng hạn, ví dụ	예를 들면	học bổng	(學俸) 장학금
cửa hàng vàng- bạc	금은방	khu vực	(區域) 구역
phố cổ	옛거리	bất cứ, bất kỳ	...이던지 모든
giá hối đoái	환전 금액	giá chợ đen	암시장 가격
giá thị trường	(市場) 시장 가격	nhập (sai)	(入) (잘못) 입력하다
nuốt thẻ	카드를 삼키다	chứng minh thư	(證明書) 신분증
kiểm tra	(檢查) 검사하다	in	인쇄하다

LUYỆN NÓI

I. Tập nói theo mẫu

Mẫu 1 **mở tài khoản ngân hàng – tài khoản thanh toán – hộ chiếu hoặc chứng minh thư**

Nhân viên: Chào anh. Anh cần làm gì ạ?

Khách: Chào cô. Tôi muốn mở tài khoản ngân hàng.

Nhân viên: Dạ, anh muốn mở loại tài khoản nào?

Khách: Tôi muốn mở loại tài khoản thanh toán.

Nhân viên: Dạ vâng, anh cho xem hộ chiếu hoặc chứng minh thư?

Khách: Vâng, đây ạ.

Tiếp tục với:

1. mở tài khoản ngân hàng – tài khoản tiết kiệm – hộ chiếu hoặc chứng minh thư

A:

B:

A:

B:

A:

B:

2. mở tài khoản ngân hàng – cả tài khoản thanh toán lẫn tiết kiệm – hộ chiếu hoặc chứng minh thư

A:

B:

A:

B:

A:

B:

Mẫu 2 **chuyển tiền – số tài khoản này – tên chủ tài khoản: Nguyễn Văn Lâm – 40 triệu đồng**

Nhân viên: Chào anh. Anh cần làm gì ạ?

Khách: Chào cô. Tôi muốn chuyển tiền đến số tài khoản này.

Nhân viên: Dạ vâng, xin anh cho biết tên của chủ tài khoản?

Khách: Tên của chủ tài khoản là Nguyễn Văn Lâm.

Nhân viên: Anh muốn chuyển bao nhiêu tiền ạ?

Khách: Bốn mươi triệu đồng (40.000.000 đ)!

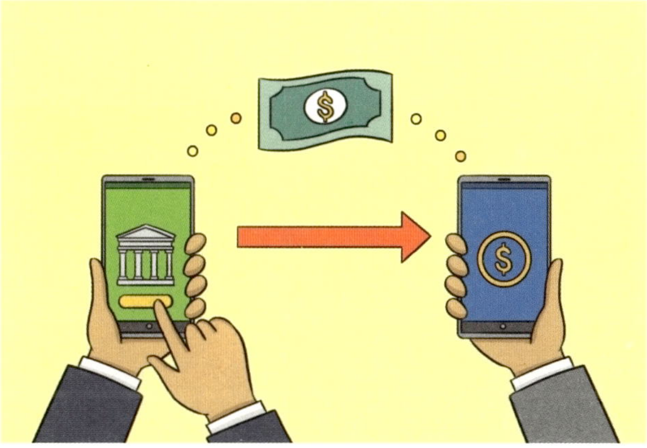

Tiếp tục với:

1. chuyển tiền đến tài khoản này - chủ tài khoản tên làTrần Thị An – 50 triệu đồng

A:

B:

A:

B:

A:

B:

2. chuyển tiền đến tài khoản này - chủ tài khoản tên là Bùi Văn Nam

– 50 triệu đồng

A:

B:

A:

B:

A:

B:

Mẫu 3 **nộp tiền vào tài khoản – hộ chiếu hoặc chứng minh thư – nộp bao nhiêu tiền? - 10 triệu đồng**

Nhân viên: Chào anh. Anh cần gì ạ?

Khách: Chào cô. Tôi muốn nộp (nạp) tiền vào tài khoản.

Nhân viên: Dạ, anh cho xem hộ chiếu hoặc chứng minh thư ạ?

Khách: Vâng, chứng minh thư đây, cô!

Nhân viên: Anh muốn nộp vào tài khoản bao nhiêu tiền ạ?

Khách: Tôi nộp 10 triệu đồng.

Tiếp tục với:

1. nạp tiền vào tài khoản – hộ chiếu hoặc chứng minh thư – nộp bao nhiêu tiền? - 30 triệu đồng

A:

B:

A:

B:

A:

B:

2. bỏ tiền vào tài khoản – hộ chiếu hoặc chứng minh thư – nộp bao nhiêu tiền? - 50 triệu đồng

A:

B:

A:

B:

A:

B:

II. Sắp xếp các câu sau thành hội thoại hoàn chỉnh

- Chào anh. Anh cần gì ạ?
- Anh muốn đổi tiền gì lấy tiền gì ạ?
- Chào cô. Tôi muốn đổi tiền.
- Dạo này, tiền won mất giá, cô nhỉ?
- Anh muốn đổi bao nhiêu USD?
- Tôi muốn đổi 10 ngàn đô la Mỹ.
- Tôi muốn đổi tiền won lấy tiền đô la Mỹ.
- Tỷ giá hối đoái hôm nay là bao nhiêu, cô?
- Tỷ giá won và đô la Mỹ hôm nay là 117.000 won / 100 USD.
- Vâng, mấy tháng nay, tiền won sụt giảm.

A:

B:

A:

B:

A:

B:

A:

B:

A:

B:

III. Đọc ngữ cảnh rồi điền các từ ngữ cho sẵn vào chỗ trống trong hội thoại

Ông Khoa đến ngân hàng để rút tiền và chuyển tiền vì ông ấy không nhớ số PIN và cũng vì muốn rút tiền trực tiếp ở ngân hàng cho an toàn. Ông ấy muốn rút 10 triệu đồng và chuyển cho con trai 7 triệu đồng.

không	tại	cho	
ông	con trai	bao nhiêu	
tiền	tôi	vừa	xem
làm	nhớ	rút	tài khoản
chuyển	đây	sau đó	của nó

Nhân viên: Ông cần ______ gì ạ?

Ông Khoa: Tôi cần rút ______ và ______ tiền.

Nhân viên: Sao ông ______ rút tiền ______ máy ATM, vừa tiện ______ nhanh?

Ông Khoa: Vì tôi không ______ số PIN, với lại, ______ muốn rút trực tiếp ______ an toàn.

Nhân viên: Cho cháu ______ chứng minh thư? Và ông muốn rút ______ tiền ạ?

Ông Khoa: Vâng, ______ cô! Tôi muốn ______ 10 triệu đồng, ______ chuyển cho ______ tôi 7 triệu đồng.

Nhân viên: Cho cháu số ______ của con trai ______ ạ?

Ông Khoa: Vâng. Số tài khoản ______ đây, cô.

IV. Tạo lập hội thoại theo ngữ cảnh

Ngữ cảnh:

Anh Lee muốn làm thẻ ngân hàng. Anh ấy đã gặp nhân viên ngân hàng. Cô ấy đã hướng dẫn anh Lee làm các thủ tục. Đầu tiên, cô ấy yêu cầu anh Lee cho xem hộ chiếu vì anh ấy là người nước ngoài. Sau đó, cô ấy hướng dẫn anh Lee điền một số thông tin cá nhân vào tờ khai, rồi cuối cùng ghi ngày, tháng và kí tên. Anh Lee sẽ nhận được thẻ ngân hàng sau 5 ngày làm việc.

Nhân viên:

Anh Lee:

Nhân viên:

Anh Lee:

Nhân viên:

Anh Lee:

Nhân viên:

Anh Lee:

ĐỌC - HIỂU

I. Đọc hiểu bài đọc sau

CÁC NGÂN HÀNG HÀN QUỐC TẠI VIỆT NAM

Theo phóng viên TTXVN tại Seoul, hiện nay các ngân hàng **Hàn Quốc** đang đẩy mạnh kinh doanh tại Việt Nam - một thị trường tăng trưởng nhanh. Theo thống kê, cho đến nay đã có 8 ngân hàng Hàn Quốc trên 61 ngân hàng nước ngoài (8/61) đang hoạt động tại Việt Nam. Chỉ tính kết quả kinh doanh tại Việt Nam trong năm 2018 của bốn ngân hàng lớn Hàn Quốc gồm Shinhan Bank, KB Kookmin, KEB Hana và Woori Bank đã đạt tổng lợi nhuận là 135 triệu USD, tương đương với mức tăng trưởng 120%.

Shinhan Bank, một ngân hàng thương mại trực thuộc Shinhan Financial Group có trụ sở ở Seoul là ngân hàng đầu tiên của Hàn Quốc đầu tư vào Việt Nam. Shinhan Bank đã hiện diện tại Việt Nam từ năm 1993. Cho đến nay, ngân hàng này đã có 32 chi nhánh và là ngân hàng nước ngoài có số lượng chi nhánh nhiều nhất ở Việt Nam. Tiếp đó là ngân hàng Woori Bank có 9 chi nhánh còn ngân hàng KB Kookmin có 2 chi nhánh và KEB Hana hiện cũng có 2 chi nhánh tại Việt Nam - một ở Hà Nội và một ở thành phố Hồ Chí Minh.

Các ngân hàng Hàn Quốc ở Việt Nam, chủ yếu hoạt động trong lĩnh vực cung cấp tín dụng và tài chính bán lẻ cho các doanh nghiệp và khách hàng Hàn Quốc. Vài năm trở lại đây, các ngân hàng này đã chú ý đến khách hàng Việt Nam và khách hàng nước ngoài đang sống và kinh doanh tại Việt Nam. Hiện nay, các ngân hàng Hàn Quốc đang có kế hoạch không chỉ tăng số lượng khách hàng Việt Nam và nước ngoài mà còn mở rộng và đẩy mạnh lĩnh vực tài chính bán lẻ. Chẳng hạn, năm 2017, Shinhan Bank đã **thâu tóm** một đơn vị bán lẻ thuộc ngân hàng ANZ Việt Nam, mang về 95.000 khách hàng thẻ tín dụng từ ANZ. Năm 2019 Shinhan Bank Việt Nam tiếp tục phát hành thẻ Shinhan Bank sau khi mua công ty Tài chính Prudential Vietnam để mở rộng hoạt động kinh doanh thẻ của mình ở Việt Nam. Cả hai thương vụ này đã đưa Shinhan Bank vượt qua HSBC để trở thành ngân hàng nước ngoài số 1 tại Việt Nam với hơn 3.5 tỷ USD tài sản và 900.000 thẻ khách hàng. Còn KEB Hana Bank – ngân hàng lớn thứ hai tại Hàn Quốc cũng vừa mua lại 17.65% cổ phần tại Ngân hàng Thương mại cổ phần (TMCP) Đầu tư và Phát triển Việt Nam (BIDV). Tổng giá trị thương vụ này lên tới 30 tỷ Won (tương đương hơn 26.5 triệu USD)···v.v.

Tuy nhiên, xét về khả năng sinh lời, các ngân hàng Hàn Quốc vẫn còn kém so với các ngân hàng châu Âu. Tỷ suất sinh lời trên tổng tài sản của Shinhan Bank Việt Nam là 1.7% trong năm 2017, thấp hơn năm 2016 (1.9%), trong khi của HSBC là 2.0% từ 2016 đến nay (theo dữ liệu từ Financial Supervisory Service - FSS). Mặc dù vậy, nhiều chuyên gia tài chính vẫn khẳng định, các ngân hàng Hàn Quốc vẫn có lợi thế tốt hơn so với những đối thủ khác ở Việt Nam, đó là nhờ vào các dịch vụ công nghệ cao và ưu thế trong lĩnh vực dịch vụ tài chính bán lẻ···

Phỏng theo *Tin tức từ TTXVN tại Seoul, Hàn Quốc*

TỪ VỰNG 3 (어휘 3)

đẩy mạnh	강하게 추진하다	**TTXVN**	베트남 통신사
tăng trưởng	(成長) 성장하다	**thống kê**	(統計) 통계
tính, tính toán	산정하다, 계산하다	**thị trường**	(市場) 시장
đạt	달성하다	**tổng**	(總) 모든, 총
lợi nhuận	(利潤) 이윤	**tương đương**	...에 상당하는
trực thuộc	(直屬) 직속	**trụ sở**	본사
đầu tư	(投資) 투자하다	**hiện diện**	(現面) 소재하다
chi nhánh	지사	**tiếp đó**	그 다음에
lĩnh vực	(領域) 영역, 분야	**cung cấp**	(供給) 공급하다
tín dụng	(信用) 신용	**tài chính**	(財政) 재정
bán lẻ	소매로 팔다	**mở rộng**	확대하다, 넓히다
thâu tóm	잡다, 휘어잡다	**đơn vị**	(單位) 단위
phát hành	(發行) 발행하다	**thương vụ**	(商務) 상무, 상거래
vượt qua	넘어가다, 극복하다	**tài sản**	(財産) 재산
cổ phần	주식, 할당분	**xét**	고찰하다, 판단하다
sinh lời	이자가 붙다	**tỷ suất**	비율
dữ liệu	자료, 데이터	**lợi thế, ưu thế**	우세, 우위
đối thủ	(對手) 경쟁자, 라이벌	**công nghệ**	기술

II. Dựa vào nội dung bài đọc, xác định thông tin đúng / sai

1. Ngân hàng Woori Bank là một trong những ngân hàng Hàn Quốc có nhiều chi nhánh nhất ở Việt Nam.
2. Theo số lượng chi nhánh xếp từ nhiều đến ít, đầu tiên là Woori Bank đến Shinhan Bank, rồi đến KEB Hana và cuối cùng là KB Kookmin.
3. Theo các chuyên gia, so với các ngân hàng khác ở Việt Nam, các ngân hàng Hàn Quốc vẫn có lợi thế tốt hơn.
4. So với các ngân hàng châu Âu, khả năng sinh lời của các ngân hàng Hàn Quốc vẫn không bằng.
5. Hai ngân hàng Shinhan Bank và KEB Hana Bank mua lại một số đơn vị của các ngân hàng khác không ngoài mục đích tăng thị phần của mình.
6. Nhìn chung các ngân hàng Hàn Quốc đang hoạt động ở Việt Nam đều không phải là những ngân hàng lớn ở Hàn Quốc.

III. Dựa vào nội dung bài đọc, lựa chọn đáp án đúng

1. Ý chính đoạn 1 của bài đọc nói về ____________________

① số lượng và mức tăng trưởng các ngân hàng Hàn Quốc đang kinh doanh ở Việt Nam hiện nay

② lợi nhuận và mức tăng trưởng của 4 ngân hàng Hàn Quốc ở Việt Nam trong 2 năm 2017 và 2018

③ số lượng, lợi nhuận và mức tăng trưởng của 4 ngân hàng Hàn Quốc ở Việt Nam năm 2018

2. Trong các ngân hàng Hàn Quốc đang kinh doanh ở Việt Nam, ngân hàng nào có mặt ở Việt Nam sớm nhất?

① Woori Bank

② KB Kookmin

③ Shinhan Bank

3. Đối tượng phục vụ của các ngân hàng Hàn Quốc thời gian đầu gồm những đối tượng nào?

① Các doanh nghiệp Hàn Quốc và khách hàng Việt Nam

② Các khách hàng Việt Nam và nước ngoài đang kinh doanh tại Việt Nam

③ Các doanh nghiệp và khách hàng Hàn Quốc

4. Theo em, từ "***thâu tóm***" ở giữa đoạn 3 có nghĩa là ________________.

① chiếm đoạt bằng sức mạnh

② mua lại để nắm giữ và sử dụng

③ giành được bằng quyền lực

5. Trong 8 ngân hàng Hàn Quốc đang có mặt tại Việt Nam, ngân hàng nào có số lượng chi nhánh nhiều nhất?

① Woori Bank

② Shinhan Bank

③ KEB Hana

6. Theo bài đọc, những ưu thế của các ngân hàng Hàn Quốc khi kinh doanh ở Việt Nam là gì?

① các dịch vụ công nghệ cao và sự chăm chỉ

② lĩnh vực dịch vụ tài chính bán lẻ và tính chuyên nghiệp

③ các dịch vụ công nghệ cao và lĩnh vực dịch vụ tài chính bán lẻ

IV. Chuẩn bị tập nói tiếng Việt với các chủ đề sau (200-250 từ)

1. Hãy nói về một loại dịch vụ của ngân hàng mà em biết.
2. Hãy giới thiệu vài nét về một ngân hàng ở Hàn Quốc.

Bản ghi nhớ

Bài 10

THẦN TƯỢNG – NHÂN VẬT NỔI TIẾNG

Những người mà tôi yêu quý nhất là bố mẹ tôi!

NHỮNG CÂU CẦN NHỚ

A

Anh ấy trông thế nào?

Trông anh ấy thế nào?

Anh ấy trông sáng sủa, thông minh và dễ gần.

Trông anh ấy cao, hơi gầy nhưng khỏe mạnh.

Ông ấy là người thế nào?

Giám đốc công ty anh là người thế nào?

Ông ấy là người tốt nhưng rất nghiêm khắc.

Bà ấy tính tình thế nào?

Bà ấy tính tình vui vẻ và dễ chịu.

Em gái anh thế nào?

Em gái tôi mắt đen, da trắng, tóc dài.

Cô ấy mặc trang phục truyền thống trông thế nào?

Cô ấy mặc trang phục truyền thống trông đẹp lắm.

Ông, bà anh thế nào?

Ông bà tôi tóc đã bạc hết.

B

Khi còn nhỏ, anh ấy đã mơ ước trở thành phi công.

Sau khi tốt nghiệp, họ sẽ trở thành nhân viên công ty.

Sau khi con cái đã trưởng thành, bố mẹ chị ấy chuyển về sống ở quê.

Trong khi người khác đang trình bày ý kiến, đừng xen ngang.

Trước khi đến Việt Nam, tôi chưa bao giờ học tiếng Việt.

Họ phải tắt điện thoại **trong khi** làm việc.

Càng già ông ấy càng trở nên khó tinh.

Bác sĩ khuyên tôi nên đi ngủ **trước** 11 giờ đêm và thức dậy trước 6 giờ sáng.

C

Ông ấy là người **mà** chúng tôi rất kính trọng.

Giả dối là tính cách **mà** chúng tôi ghét nhất.

Trường đại học này là nơi **mà** bố mẹ tôi gặp nhau lần đầu tiên.

Công việc **mà** ông ấy đã làm suốt đời là chữa bệnh, cứu người.

Tôi đã đọc tất cả những tác phẩm **mà** nhà văn ấy viết.

Điện thoại **mà** tôi đang dùng là điện thoại Samsung.

Chị gái tôi nói chị ấy chỉ kết hôn với người **mà** chị ấy yêu và yêu chị ấy.

Bất chấp sự phản đối của gia đình, anh ấy vẫn làm theo những gì **mà** anh ấy muốn.

TỪ VỰNG 1 (어휘 1)

tính, tính tình	(性) 성격	**nghiêm khắc**	엄격한
sáng sủa	밝은, 깨끗한	**dễ gần**	가까이 하기 쉬운, 붙임성 있는
trông thế nào?	어때요?	**con cái**	자식
trang phục	(裝服) 복장	**truyền thống**	(傳統) 전통
tóc bạc	흰머리, 백발	**mơ ước**	꿈꾸다
trưởng thành	(長成) 성장하다	**trở thành**	...이 / 가 되다
chuyển	옮기다	**trình bày**	설명하다
tắt	끄다	**suốt đời**	일생, 평생
chữa bệnh	병을 고치다	**cứu người**	사람을 구하다
xen ngang	말을 가로채다	**giả dối**	가짜의, 위조의
tác phẩm	(作品) 작품	**làm theo**	따라하다, 흉내내다
bất chấp	상관없다, 무릅쓰다	**sự phản đối**	(反對) 반대

HỘI THOẠI

A

Liên: Này, hôm qua tớ gặp bạn trai của Hà đấy.

Lan: Thế à? Anh ấy trông thế nào?

Liên: Anh ấy dáng đẹp, cao, da nâu, cười rất tươi,⋯Nói chung là đẹp trai.

Lan: Thế thì xứng đôi với Hà rồi, Hà xinh đẹp thế mà. Cậu có nói chuyện với anh ấy lâu không?

Liên: Cũng khá lâu, Hà, tớ và anh ấy đi ăn trưa cùng nhau mà.

Lan: Thế, cậu thấy anh ấy là người thế nào?

Liên: Anh ấy tính tình có vẻ rất hay, chân thật, cởi mở, nói chuyện hiểu biết và có duyên. Tớ thấy anh ấy và Hà rất đẹp đôi.

B

Kim: Bắt đầu từ tuần tới, văn phòng chúng ta có nhân viên mới đấy.

Lee: Cậu gặp rồi à, trông thế nào?

Kim: Ừ, gặp rồi. Cô ấy trẻ, khá xinh.

Lee: Cậu thấy tính tình cô ấy thế nào?

Kim: Trông cô ấy có vẻ thông minh và thân thiện. Nghe nói tính tình dễ chịu, cách làm việc cũng chuyên nghiệp⋯.

Lee: Thế thì hay quá!

C

Young-sil: Chị Hạnh này, theo chị, ở Việt Nam, nhân vật văn học mà hầu hết người Việt Nam đều biết là ai?

Hạnh: Ồ, Câu hỏi hay đấy, Em đang học văn học Việt Nam hả? (*nghĩ một chút*) À, Thúy Kiều! Chị nghĩ nhân vật đó là Thúy Kiều, trong Truyện Kiều của Nguyễn Du.

Young-sil: Sao chị nghĩ như vậy ạ ?

Hạnh: Vì Thúy Kiều là một nhân vật mà người Việt Nam coi là một biểu tượng của người con gái thông minh, vừa đẹp người, vừa đẹp nết nhưng lại phải sống một cuộc đời vô cùng đau khổ, bất hạnh⋯

Young-sil: Vì thế câu chuyện về cuộc đời cô ấy là câu chuyện mà hầu hết người Việt Nam đều được nghe kể, được đọc, được học, phải không ạ?

Hạnh: Đúng thế!

TỪ VỰNG 2 (어휘 2)

dáng (đẹp)	몸매 (좋은)	**nói chung**	일반적으로, 보편적으로
cười (tươi)	웃다 (활짝)	**da (nâu)**	피부 (갈색의)
xứng đôi	잘 어울리는	**đẹp đôi**	아름다운 한 쌍
chân thật	(眞實) 솔직한, 정직한	**có vẻ**	...처럼 보이다
thân thiện	친절한	**có duyên**	우아한, 기품 있는
nhân vật (văn học)	(人物) 인물 (문학)	**chuyên nghiệp**	전문의
coi là	여기다, 간주하다	**Truyện Kiều**	끼에우전(문학작품)
đẹp người	미인	**biểu tượng**	(表象) 상징
đau khổ	힘든, 고통스러운	**đẹp nết**	성격이 좋은
bất hạnh	(不幸) 불행한		

LUYỆN NÓI

I. Tập nói theo mẫu

Mẫu 1

- Tóc bố tôi đã bạc nhiều.

→ - Bố tôi tóc đã bạc nhiều.

Tiếp tục với:

1. Trán ông tôi cao, mắt ông tôi sáng.

2. Tính tình mẹ tôi vừa dịu dàng vừa mạnh mẽ.

3. Phương tiện giao thông của thành phố này rất thuận tiện.

Mẫu 2

- Tôi đi học sau đó tôi đi chơi thể thao (sau khi)

→ - Sau khi đi học về tôi đi chơi thể thao.

Tiếp tục với:

1. Sau bữa tối, khi bố tôi đọc báo thì mẹ tôi xem ti-vi. (trong khi)

2. Anh ấy học 1 năm ở trường đại học sau đó vào quân đội. (trước khi)

3. Hôm nay tôi gặp cô ấy lần đầu tiên nhưng trước đó tôi đã nghe nói nhiều về cô ấy. (trước khi)

Mẫu 3

- Anh ấy đi cùng một cô gái, cô ấy là em gái anh ấy.

➜ - Cô gái **mà** anh ấy đi cùng là em gái của anh ấy.

Tiếp tục với:

1. Anh ấy cho tôi mượn một cuốn sách, cuốn sách đó rất hay.

2. Chúng tôi đang thảo luận một vấn đề, vấn đề này rất phức tạp.

3. Dịu dàng là một đức tính của phụ nữ, tôi thích nhất đức tính này.

II. Tạo lập hội thoại theo tình huống

Tình huống 1

A và B nói chuyện về ông giám đốc công ty của B. Ông ấy có dáng người tầm thước, da hơi đen, tóc bạc; tính tính trung thực, công bằng nhưng rất nghiêm khắc; được nhân viên rất kính trọng

A: Giám đốc công ty anh trông thế nào?

B: Ông ấy dáng người tầm thước, da hơi đen, tóc bạc.

A: Ông ấy là người thế nào?

B: Ông ấy tính tình trung thực, công bằng nhưng rất nghiêm khắc. Nhân viên trong công ty tôi rất kính trọng ông ấy.

Tiếp tục với:

1. *A và B nói chuyện về sinh viên giỏi nhất của lớp chị B. Bạn ấy da trắng, tóc dài, mắt to, … rất xinh; hay cười, dễ gần, luôn sẵn lòng giúp người khác, Một người mà các sinh viên trong lớp rất yêu quý.*

A:

B:

A:

B:

2. *A và B nói về bạn trai của em gái anh B. Em ấy dáng người cao, hơi gầy, da nâu, khỏe mạnh; vui tính, hay nói, hài hước; được mọi người trong nhà anh B rất thích.*

A:

B:

A:

B:

3. *A và B nói về ông nội của chị B. Ông cụ có dáng người hơi thấp, nhỏ, mắt sáng, trông trẻ hơn tuổi; nóng tính, thẳng thắn, tốt bụng, luôn thích học cái mới; được con cháu rất yêu quí, kính trọng.*

A:

B:

A:

B:

Tình huống 2

A hỏi B về thành phố mà B muốn đến thăm nhất (Đà Lạt) và lý do vì sao B muốn đến thăm thành phố đó. (đó là nơi bố mẹ B gặp nhau lần đầu tiên)

A: Thành phố mà anh muốn đến thăm nhất là thành phố nào?

B: Thành phố mà tôi muốn đến thăm nhất là Đà Lạt.

A: Vì sao anh muốn đến thăm thành phố đó nhất?

B: Vì đó là thành phố mà bố mẹ tôi đã gặp nhau lần đầu tiên.

Tiếp tục với:

1. *A hỏi B về tính cách mà B thích nhất (tính hài hước) và lý do vì sao mà B lại thích tính cách đó nhất (thường có ở những người thông minh, lạc quan, thân thiện).*

A:

B:

A:

B:

2. *Ông A hỏi bà B về người mà bà B yêu quí nhất (mẹ của mình) và lý do vì sao mà B lại thích mẹ của mình nhất (vì theo bà B, mẹ của bà là người phụ nữ đẹp nhất, mạnh mẽ nhất và dịu dàng nhất).*

A:

B:

A:

B:

3. *A hỏi B về nghề mà B muốn làm nhất (nghề bác sĩ) và lý do vì sao mà B lại thích nghề đó nhất (vì theo anh làm nghề bác sĩ giúp được nhiều người nhất, có ích nhất).*

A:

B:

A:

B:

III. Dựa vào nội dung các hội thoại, lựa chọn thông tin đúng

1. Trong hội thoại A, Liên và Hà nói chuyện với nhau về ______.

① Hà

② bạn trai của Hà

③ Hà và một người bạn của Hà

2. Theo hội thoại A ______.

① bạn trai của Hà là người rất thông minh

② bạn trai của Hà là người rất đẹp trai

③ bạn trai của Hà vừa đẹp trai vừa có tính cách hay

3. Theo hội thoại B ______.

① Kim và Lee đều đã gặp nhân viên mới

② Kim và Lee đều chưa gặp nhân viên mới

③ Kim đã gặp nhận viên mới còn Lee chưa gặp

4. Theo hội thoại B, nhân viên mới là ______.

① một người còn trẻ

② một cô gái trẻ, xinh, tính tình có vẻ tốt

③ một cô gái rất trẻ

5. Theo hội thoại C, hầu hết người Việt biết nhân vật Thúy Kiều vì ______.

① thúy Kiều rất đẹp, rất có tài và rất tốt

② cuộc đời của Thúy Kiều có rất nhiều đau khổ

③ cả ① và ②

6. Theo hội thoại C, hầu hết người Việt Nam đều ______.

① thích Thúy Kiều

② thương Thúy Kiều

③ đều biết Thúy Kiều là một nhân vật văn học như thế nào

IV. Chọn từ ngữ thích hợp điền vào chỗ trống

1. ______ kết hôn với chị ấy, anh ấy đã có một công việc rất tốt.

① Trước

② Trước đó

③ Trước khi

2. Giáo sư ấy đã đạt được những thành công lớn trong nghiên cứu ______ điều kiện làm việc rất khó khăn, thiếu thốn.

① vì

② cho nên

③ bất chấp

3. Gia đình anh ấy đã chuyển đến sống ở thành phố Hồ Chí Minh ______ năm 1975.

① sau đó

② sau

③ sau khi

4. ________ lớp học tiếng Việt các sinh viên nên nói tiếng Việt càng nhiều càng tốt.

① Trong đó

② Trong khi

③ Trong

5. Giáo sư của chúng tôi ________ có vẻ rất nghiêm khắc nhưng thật ra ông ấy rất vui tính.

① nhìn thấy

② trông

③ cảm thấy

6. Cô ấy thông minh, xinh đẹp ________ còn rất hiền.

① tuy nhiên

② hơn nữa

③ vả lại

V. Chọn câu hỏi phù hợp với câu trả lời và câu trả lời thích hợp với câu hỏi

1. Anh ấy là người thông minh, mạnh mẽ và trung thực.

① Anh ấy trông thế nào?

② Anh ấy có phải là người tốt không?

③ Anh ấy là người thế nào?

2. Công việc này cần một người tính tình kiên nhẫn, cẩn thận.

① Công việc này cần người nào?

② Công việc này cần gì?

③ Công việc này cần một người như thế nào?

3. Tôi ủng hộ đề nghị mà ông Việt đề xuất.

① Anh ủng hộ ai?

② Anh có ủng hộ ý kiến mà ông Việt đề xuất không?

③ Anh ủng hộ đề nghị nào?

4. Giám đốc công ty anh có khó tính không?

① Không, ông ấy không khó tính đâu.

② Không, ông ấy trông không khó tính đâu.

③ Vâng, ông ấy hơi khó tính.

5. Món ăn mà chị có thể nấu ngon nhất là món gì?

① Món ăn mà tôi nấu ngon nhất.

② Tôi nấu món ăn ngon nhất.

③ Món ăn mà tôi có thể nấu ngon nhất là canh chua cá.

6. Cuốn sách mà anh đang đọc do nhà văn nào sáng tác?

① Vâng, tôi đang đọc cuốn sách mà nhà văn Bảo Ninh sáng tác.

② Tôi đang đọc cuốn sách do nhà văn Bảo Ninh sáng tác.

③ Cuốn sách mà tôi đang đọc do nhà văn Bảo Ninh sáng tác.

VI. Tập nói về nhân vật nổi tiếng của Hàn Quốc (miêu tả nhân vật trong hình ảnh)

Thu thập thông tin (tên, năm sinh, năm mất, cuộc đời và sự nghiệp) vai trò chính của nhân vật trong ảnh dưới đây đối với nhân dân và đất nước Hàn Quốc, rồi nói về nhân vật đó.

ĐỌC - HIỂU

I. Đọc hiểu bài đọc sau

ĐẶNG VĂN NGỮ - MỘT NHÀ KHOA HỌC LỚN

Đặng Văn Ngữ là một giáo sư, bác sĩ nổi tiếng của Việt Nam. Ông là một nhà khoa học đầu ngành về nghiên cứu ký sinh trùng ở Việt Nam.

Giáo sư, bác sĩ Đặng Văn Ngữ sinh ngày 4/4/1910 tại làng An Cựu, thành phố Huế, Ông học tiểu học ở Vinh, học trung học tại Huế, đỗ đầu trong kỳ thi tốt nghiệp trung học. Năm 1930, ông được học bổng để học tại Trường Y- Dược thuộc đại học Đông Dương, Hà Nội. Năm 1936, sau khi tốt nghiệp bác sĩ, ông được làm trợ lý rồi làm trợ giảng tại bộ môn ký sinh trùng học ở Trường Y – Dược Khoa Hà Nội. Từ 1945 đến 1949 ông được đi du học tại Nhật Bản. Sau khi trở về Việt Nam, ông đã nghiên cứu thành công cách sản xuất thuốc kháng sinh penicillin

Từ năm 1955, giáo sư, bác sĩ Đặng Văn Ngữ tập trung đào tạo các nhà nghiên cứu khoa học. Ông là người đã sáng lập ra Viện sốt rét - ký sinh trùng - côn trùng Việt Nam. Trong chiến tranh chống Mỹ, ông tập trung nghiên cứu và sản xuất thuốc phòng chống và điều trị bệnh sốt rét.

Để đi vào thực tế, nhằm tìm nguyên nhân, cách ngăn chặn sự lây lan của bệnh sốt rét, cũng như nghiên cứu, sản xuất vaccine chống căn bệnh này, ngày 31/01/1967, giáo sư Đặng Văn Ngữ đã đi vào chiến trường miền Nam. Trong chuyến đi này ông đã hy sinh vì bom Mỹ tại Thừa Thiên - Huế, quê hương ông. Đó là một tổn thất rất lớn đối với nền y học Việt Nam.

Ghi nhận những công lao, những đóng góp to lớn trong lĩnh vực y dược của Giáo sư, đồng thời ghi nhận công ơn của Giáo sư đối với sự nghiệp cách mạng của dân tộc, tháng 5/1967, Quốc hội, Chính phủ Việt Nam đã truy tặng danh hiệu Anh hùng lao động cho ông. Ngày nay, để tưởng nhớ ông, ở Hà Nội, tên của ông đã được đặt cho một đường phố ở gần trường đại học Y Hà Nội: phố Đặng Văn Ngữ.

TỪ VỰNG 3 (어휘 3)

nhà khoa học	(科學) 과학자	**đầu ngành**	선도적인
ký sinh trùng	(寄生蟲) 기생충	**côn trùng**	(昆虫) 곤충
vi trùng	(微蟲) 미생물, 세균	**chuyến đi**	...가는 편
công ơn	공로, 공헌	**đỗ đầu**	합격하다
trợ giảng	조교	**bộ môn**	(部門) 부문, 분야
thuốc kháng sinh	(抗生) 항생제	**sáng lập**	(設立) 설립하다
viện	(院) 병원	**sốt rét**	열병, 말라리아
phòng chống	예방하다	**điều trị**	(調治) 치료하다
sự lây lan	확산	**chiến trường**	(戰場) 전장
hy sinh	(犧牲) 희생하다	**tổn thất**	(損失) 손실, 손해
ghi nhận	기록하다	**công lao**	(功勞) 공로
truy tặng	(追贈) 사후에 수여하다	**danh hiệu**	(名號) 칭호
tưởng nhớ	기억하다, 상기하다	**đồng thời**	(同時) 동시에

II. Dựa vào bài Đọc hiểu, trả lời những câu hỏi sau

1. Giáo sư Đặng Văn Ngữ nổi tiếng về lĩnh vực gì?

2. Khi còn là một học sinh trung học, ông học có giỏi không? Vì sao có thể trả lời như vậy?

3. Giáo sư Đặng Văn Ngữ đã nghiên cứu thành công cách sản xuất thuốc kháng sinh Penicillin vào khoảng thời gian nào?

4. Từ 1955 cho đến khi hy sinh, Giáo sư Đặng Văn Ngữ tập trung nghiên cứu vấn đề gì?

5. Nhân dân và chính phủ Việt Nam đã làm gì để ghi nhớ công lao của Giáo sư Đặng Văn Ngữ?

III. Dựa vào bài đọc, xác định thông tin đúng

1. Thông tin giới thiệu về Đặng Văn Ngữ được viết ở ______________.

① đoạn 1

② đoạn 1 và 2

③ đoạn 5

2. Nội dung chính của đoạn 2 là ______________.

① tiểu sử của Đặng Văn Ngữ

② một phần tiểu sử của Đặng Văn Ngữ từ khi sinh ra cho đến năm 1955

③ Đặng Văn Ngữ là một người rất thông minh, học rất giỏi.

3. Đặng Văn Ngữ là người đã ______________.

① sáng chế ra thuốc kháng sinh Penicillin

② tìm ra cách sản xuất Penicillin ở Việt Nam

③ dùng thuốc kháng sinh Penicillin để chữa bệnh cho người Việt Nam

4. Danh hiệu mà Quốc hội và Chính phủ Việt Nam đã truy tặng Giáo sư Đặng Văn Ngữ là ______________.

① anh hùng quân đội

② danh nhân văn hóa

③ anh hùng lao động

5. Đường phố mang tên Đặng Văn Ngữ nằm ở _______________.

① Huế, thành phố quê hương của ông

② gần Viện Sốt rét - Ký sinh trùng - Côn trùng Việt Nam, Hà Nội

③ gần Đại học Y Hà Nội

IV. Tập nói với các chủ đề sau (200-250 từ)

1. Giới thiệu một nhân vật nổi tiếng (danh nhân) của Hàn Quốc.
2. Nói về người mà bạn yêu quí và kính trọng nhất trong cuộc đời.

정답

Bài 01 | Đọc hiểu

II. S, S, Đ, S, S, Đ

II. 3, 2, 3, 2, 3, 2

Bài 02 | Đọc hiểu

II. Đ, Đ, S, Đ, S, Đ

III. 3, 2, 3, 3, 2, 3, 1, 2

Bài 03 | Đọc hiểu

II. 2, 3, 1, 1, 2, 4, 3, 1

Bài 04 | Đọc hiểu

II. S, Đ, Đ, Đ, Đ, Đ, Đ, S

III. 3, 2, 2, 3, 3, 3

Bài 05 | Đọc hiểu

II. đoạn 4, đoạn 2, đoạn 1, đoạn 2, đoạn 2, đoạn 1

III. S, Đ, S, Đ, Đ, S

IV. 4, 3, 4, 2, 3, 3

Bài 06 | Luyện tập

III. 1. S, S, Đ, Đ ; 2. S, S, Đ, Đ ; 3. Đ, Đ, Đ, Đ

IV. 3, 3, 1

Đọc hiểU

II. Đ, S, Đ, Đ, Đ, Đ, S, S

Bài 07

Luyện tập

III. 3, 1, 1, 3, 2, 3

IV. 1, 3, 4, 1, 2, 3

Đọc hiểU

II. 3, 1, 2, 3, 4, 1, 4, 4

Bài 08

Đọc hiểu

II. Đ, S, S, Đ, Đ, S

III. 3, 2, 3, 2, 1, 2, 3

Bài 09

Đọc hiểu

II. S, S, Đ, Đ, Đ, S

III. 1, 3, 3, 2, 2, 3

Bài 10

Luyện tập

III. 2, 3, 3, 2, 3, 3

IV. 3, 3, 2, 3, 2, 2

V. 3, 3, 3, 1, 3, 3

Đọc hiểU

III. 1, 2, 2, 3, 3

베트남어 연습 ❷

초판 인쇄	2020년 2월 24일
초판 발행	2020년 2월 29일
지은이	송정남 · 응우옌 반푹 · 응우옌 티튄 · 박연관
발행인	김인철
총괄·기획	윤성우 Director, University Knowledge Press
편집장	신선호 Executive Knowledge Contents Creator
기획·물류	이현진 Planning Expert
사전·도서편집	정준희 Contents Creator
전자책·도서편집	장혜린 Contents Creator
도서편집	이병철 Contents Creator
	이근영 Contents Creator
재무관리	하누리 Managing Creator
발행처	한국외국어대학교 지식출판콘텐츠원 02450 서울특별시 동대문구 이문로 107 전화 02)2173-2493~7 팩스 02)2173-3363 홈페이지 http://press.hufs.ac.kr 전자우편 press@hufs.ac.kr 출판등록 제6-6호(1969. 4. 30)
디자인·편집	(주)이환디앤비 02)2254-4301
인쇄·제본	(주)케이프린텍 053)313-3673

ISBN 979-11-5901-711-7 13730 정가 28,000원

*잘못된 책은 교환하여 드립니다.

HUINE은 한국외국어대학교 지식출판콘텐츠원의 어학도서, 사회과학도서, 지역학 도서 Sub Brand이다. 한국외대의 영문명인 HUFS, 현명한 국제전문가 양성(International +Intelligent)의 의미를 담고 있으며, 휴인(携引)의 뜻인 '이끌다, 끌고 나가다'라는 의미처럼 출판계를 이끄는 리더로서, 혁신의 이미지를 담고 있다.

이 책의 음원(mp3)은 한국외국어대학교 지식출판콘텐츠원 홈페이지 (press.hufs.ac.kr) - 게시판 - 자료실에서 다운받아 사용하시기 바랍니다.